தமிழ் நிலத்தில் அகஸ்தியர்

ஆங்கில மூலம்:
கெ.என். சிவராஜ பிள்ளை

தமிழில்: **இஸ்க்ரா**

பரிசல்

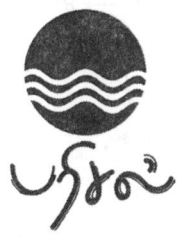

தமிழ் நிலத்தில் அகஸ்தியர் ♦ கெ.என். சிவராஜ பிள்ளை ♦ தமிழில்: இஸ்க்ரா ♦ பரிசல் முதல் பதிப்பு: 2025 ♦ பக்கங்கள்: 128 ♦ வெளியீடு: பரிசல் புத்தக நிலையம், No. 47, B1 FLAT, முதல் மாடி, தாமோதரன் பிளாட், ஐஸ்வர்யா அபார்ட்மெண்ட், ஓம் பராசக்தி தெரு, வ.உ.சி. நகர், பம்மல், சென்னை – 600 075. பேச: 9382853646, 8825767500 மின்னஞ்சல்: parisalbooks2021@gmail.com ♦ அச்சாக்கம்: தி பிரிண்ட் பார்க், சென்னை – 600 117.

Thamizh Nilathil Agasthiyar ♦ K.N. Sivaraja Pillai ♦ Translated by: Iskra ♦ Parisal First Edition: 2025 ♦ Pages: 128 ♦ Published by Parisal Putthaga Nilayam, No.47 B1 FLAT, First floor, Dhamodar Flat Aiswarya Apartment, Om Parasakthi St, VOC NAGAR Pammal, Chennai - 75. Mobile: 93828 53646, 8825767500 Email: parisalbooks2021@gmail.com ♦ Printed at: The print park, Chennai -117.

Rs. 150

ISBN: 978-93-48942-48-7

அணிந்துரை

"தமிழ்நாட்டின் பரந்த வெளி நெடுகிலும், அகஸ்திய முனிவர் சார்ந்த பண்பாட்டு எச்சங்களைப் போல் சுயநலப் போக்கிற்காக அதிகம் பயன்படுத்திக்கொள்ளப்பட்ட மரபு வேறொன்றில்லை" என்ற முடிவுடன் தொடங்குகிறது 'தமிழ் நிலத்தில் அகஸ்தியர்' என்ற இந்த மொழிபெயர்ப்பு நூல். இத்தகைய ஒரு புரிதல்தான், இந்த நூலைத் தற்போதைய சூழலில் தமிழில் வெளிக்கொணரும் வேட்கையை மொழிபெயர்ப்பாளர் இஸ்க்ரா மற்றும் பதிப்பாளர் பரிசல் செந்தில்நாதன் ஆகியோர் மனத்தில் விதைத்திருக்கவேண்டும். ஏனெனில் அகஸ்தியரை மீண்டும் மேடையேற்றும் நிறுவன முயற்சிகளுக்கு நடுவில் இந்த நூல் காலத்தின் தேவை.

சென்னை (மெட்ராஸ்) பல்கலைக்கழகத்தின் தமிழ்த்துறையில் பணியாற்றிய பேராசிரியர் கெ.என். சிவராஜ பிள்ளை எழுதிய "Agastya in the Tamil Land" என்ற ஆங்கில நூலின் தமிழ்மொழியாக்கம் இந்த நூல். கெ.என். சிவராஜ பிள்ளை இந்த ஆங்கில நூலை எழுதுவதற்கும், 1931இல் "அகத்தியர் ஓர் ஆராய்ச்சி" என்ற தலைப்பில் பேராசிரியர் கா.நமச்சிவாய முதலியார் எழுதிய நூலைத் தந்தை பெரியார் தமது "குடி அரசு" பதிப்பகத்தின் வெளியீடாக 1931இல் வெளியிடுவதற்கும் அக்காலச் சூழலில் தமிழ்மொழி மற்றும் பண்பாடு சார்ந்த அரசியல் சூழல் எந்த அளவிற்குக் காரணமாக இருந்ததோ அதைப்போன்ற ஒரு நிகழ்காலச் சூழலே 2025ஆம் ஆண்டு இஸ்க்ராவின் இந்த மொழிபெயர்ப்பு முயற்சிக்கும் காரணமாக அமைந்திருக்கிறது என்பது ஒளிவுமறைவற்ற வெளிப்படையான உண்மை. இந்த

ஆண்டு மார்ச் ஏழாம் தேதி (07/03/2025) சென்னையில் "அகஸ்தியர் ஒரு மீள்பார்வை" என்ற தலைப்பில் நான் மிக நீண்ட உரையொன்றை நிகழ்த்தியதற்கும் இதுதான் காரணம். 1931ஆம் ஆண்டு பெரியார் வெளியிட்ட மேற்சொன்ன குறுநூல் திராவிடர் கழக (இயக்க) வெளியீடாக 2025 பிப்ரவரியில் மறுபதிப்புச் செய்யப்பட்டதற்கும் அதுவே காரணம்.

கெ.என்.சிவராஜ பிள்ளையின் ஆங்கில நூலைத் தமிழாக்கம் செய்வது ஓர் இன்றியமையாத் தேவை என்பதை உணர்ந்தே, அகஸ்தியர் பற்றிய உரையின் போது இந்நூல் விரைவில் தமிழில் மொழிபெயர்க்கப்படும் என்று அறிவித்தேன். ஆனால், இந்த முயற்சியை இளம் ஆய்வாளர், எழுத்தாளர் இஸ்க்ரா ஏற்கனவே தொடங்கிவிட்டார் என்பது எனக்கு அப்போது தெரியாது. அதன்பிறகு சிலநாட்களில் இதுபற்றி தகவல் தெரிவித்ததும் மிகவும் மகிழ்ச்சியாக இருந்தது.

தன் மீது நிகழ்த்தப்படும் பண்பாட்டு, மொழி அடையாளத் தாக்குதல்களைத் தமிழ்ச்சமூகம் காலம் காலமாக இப்படித்தான் எதிர்கொண்டு வந்திருக்கிறது. இத்தகைய ஆக்கப்பூர்வமான எதிர்வினை அனிச்சைச் செயல்போன்றது.

விந்திய மலையைத் தாண்டி வந்த அகஸ்தியரின் தென்னாட்டுப் பயணத்தை கி.மு. 700க்கு முந்தைய காலகட்டத்திற்கு ஒருபோதும் நகர்த்திச் செல்லமுடியாது என்பதைச் சிவராஜ பிள்ளை தெளிவாகப் பதிவிடுகிறார். இக்கருத்தின் முக்கியத்துவத்தை நாம் அண்மைக்காலத்தில் தமிழ்நாட்டில் கிடைத்துள்ள தொல்லியல் தரவுகள், தமிழி எழுத்துகள், சிந்துவெளிக் குறியீடுகளை ஒத்த பானைக் கீறல்கள், தமிழ்நாட்டில் இரும்புப் பயன்பாட்டின் தொன்மை குறித்த கால நிர்ணயங்கள் ஆகியவற்றின் பின்னணியில் விவாதித்தால்தான் அகஸ்தியர் குறித்த இந்தச் சிக்கல் புதிய வெளிச்சம் பெறும். ஏனெனில் சிந்துவெளிப் பண்பாட்டின் கண்டுபிடிப்பை உலகிற்கு அறிவித்த ஜான் மார்ஷலுக்குத் தமிழ்நாடு அரசு தலைநகர் சென்னையில் சிலை எழுப்பிச் சிறப்பிக்கும் 2025இல் வாழ்ந்துகொண்டிருக்கிறோம். "முதுகடவுள்" என்று மதுரைக்காஞ்சி குறிப்பிட்டது

அகஸ்திய முனிவரைத்தான் என்று அபாண்டமாகக் கூறிய நச்சினார்க்கினியரின் காலத்தில் நாம் இல்லை. நம் கைகளில் இப்போதுள்ள தரவுகள் பல, ஆனால் 1930இல் கெ.என். சிவராஜ பிள்ளை "Agastya in the Tamil Land" என்ற நூலை எழுதியபோது அவை கிடைத்திருக்கவில்லை என்பதை நாம் கருத்தில் கொண்டால்தான் சிவராஜபிள்ளை தமிழ் அறிவுப்புலத்திற்கு ஆற்றியுள்ள பெரும் பங்களிப்பின் முக்கியத்துவம் புரியும்.

தொல்காப்பியம், சங்க இலக்கியம் ஆகிய தொல்தமிழ்ச் செவ்வியல் இலக்கியங்களில் அகஸ்தியர் பற்றி எந்தக் குறிப்பும் இல்லை என்பதையும்; பொதிகை (பொட்டிகே) பற்றிக் குறிப்பிடும் தாலமி, பொதிகையை எந்த முனிவரோடும் தொடர்புபடுத்தவில்லை என்பதையும் ஒருசேரப் பொருத்திப்பார்க்கிறார் சிவராஜபிள்ளை. மதுரைக்காஞ்சியில்,

"தென்னவற் பெயரிய துன்னருந் துப்பிற்
தொன்முது கடவுள் பின்னர் மேய
வரைத்தாழ் அருவிப் பொருப்பிற் பொருந"

என வரும் வரிகளில் இடம்பெறும் "தொன்முது கடவுள்" என்று குறிப்பிடப்படுவது அகஸ்தியர் தான் என்று பிற்கால உரையாசிரியர் நச்சினார்க்கினியர் கூறியது திட்டமிட்ட ஒரு திரிபுவாதம்தான் என்று சுட்டிக்காட்டுகிறார். இதன்மூலம் "அகஸ்திய மரபை வெகுசன வழக்கில் கொண்டுவர பிரயத்தனப்படுவது வெளிப்படையாகப் புலனாகும்" என்று மொழிபெயர்ப்பாளர் இஸ்க்ரா தெளிவாக்குகிறார்.

இது தமிழ் மக்களை இந்துமதக் கோட்பாடுகளுக்குள் கொண்டுவருவதற்காகவும், சமணர்களையும் பௌத்தர்களையும் இந்துமதப் பண்பாட்டிற்குப் புறம்பானவர்கள் என்ற சித்திரத்தை உருவாக்குவதற்காகவும் செய்யப்பட்ட முயற்சிகளில் ஒருபகுதியே ஆகும் என்றும் இந்நூல் சுட்டிக்காட்டுகிறது.

தமிழில் கிடைத்துள்ள முதல் இலக்கண நூல் தொல்காப்பியம். இதன் ஆசிரியர் தொல்காப்பியரை ஜமதக்னியின் மகன் என்றும் அவரது இயற்பெயர்

த்ரணதூமாக்னி என்றும் அவர் அகஸ்தியரின் சீடர்களில் ஒருவர் என்றெல்லாம் கற்பிதம் செய்தது இடைக்கால உத்தி தான் என்பதும் நமக்குப் புரிகிறது. இதற்கு எந்தவிதமான ஆதாரமும் இல்லை. தனக்கு முற்பட்ட இலக்கண முன்னோடிகளை "நூலறி புலவர்" என்று பொதுவாகப் பல இடங்களில் குறிப்பிடும் தொல்காப்பியர் தனது ஆசிரியர் அகஸ்தியர் என்றோ, அகஸ்தியர் இவ்வாறு கூறுகிறார் என்றோ எங்கும் குறிப்பிடவில்லை. சங்க இலக்கியங்களும் அகஸ்தியர் என்ற பெயரை எங்கும் குறிப்பிடவில்லை.

திருக்குறளை "வேதங்களின் சாரம்" என்றும் திருவள்ளுவரின் பெயர் மாதானுபங்கி என்றும் கிளப்பிவிடப்பட்ட "இடைக்காலப் புரளி" இப்போது விக்கிப்பீடியா வரை தொடர்வதும் இந்தத் தருணத்தில் நமது நினைவிற்கு வருகிறது. அகஸ்தியர் பெயரில் மேற்கோள்காட்டப்படும் சூத்திரங்களின் மொழிநடை, உள்ளடக்கம் ஆகியவற்றை ஆராயும் சிவராஜபிள்ளை தீர்க்கமான ஒரு முடிவுக்கு வருகிறார். "இந்தச் சூத்திரங்கள் ஒரு மோசடி; அனைத்தும் முற்றிலும் போலியானவை" என்பதுதான் அந்த முடிவு. இம்மிகப்பெரும் மோசடியை யாரோ ஒற்றை ஆள் மட்டும் செய்துவிட்டுப் போய்விடவில்லை; காலம் காலமாக வெவ்வேறு நபர்கள் வெட்டியும் ஒட்டியும் இந்த மோசடியை அரங்கேற்றியுள்ளார்கள் என்பதை நூலாசிரியர் தெளிவுபடுத்துகிறார். இந்தக் கருத்துகளை இஸ்க்ரா மிகத்தெளிவாகத் தமிழில் விளக்கியுள்ளார்.

அகஸ்தியர் என்ற கட்டுக்கதை தோன்றியவிதம், அது ஊதி ஊதிப்பெருக்கப்பட்டு, தமிழ் மொழியின் முதல் இலக்கணத்தை எழுதியவராக அவரை முன்னிறுத்துவதன் நோக்கம் ஒன்றுதான் – அதாவது, தோற்றத் தொன்மையும் தொடரும் இளமையும் எனும் இருசிறப்புகளோடு இன்றும் செழிக்கும் செம்மொழியான தமிழிற்கே உரிய தனித்துவமான பெருமிதத்தின் மீது "முத்திரை" குத்தித் தனதாக்கி உரிமை கொண்டாடுவதுதான். தமிழ் மக்களின் சமூக உளவியலின் மீது பெரும் தாக்கத்தை ஏற்படுத்தும் நோக்கம் கொண்டது இந்த முயற்சி என்பதைத் தோலுரித்துக்காட்டும் பெரும்பணியைச் சிவராஜபிள்ளை செய்திருக்கிறார்.

இந்த நூல் எழுதப்பட்டுக் கிட்டத்தட்ட நூறு ஆண்டுகள் ஆகப்போகிறது. சிந்துவெளிப்பண்பாட்டின் மொழி அடையாளம், பண்பாட்டு இயல்புகள் பற்றிய உரையாடல்கள் தரவுகள் சார்ந்து பொதுவெளியில் பேசப்படும் தற்போதைய சூழலில் அகஸ்தியர் மீண்டும் மேடையேற்றப்படுகிறார். இந்த முயற்சிகள் நம் கண்முன்னே நிகழ்கின்றன.

இத்தகைய சூழலில் சிவராஜபிள்ளை ஆங்கிலத்தில் எழுதிய இந்த நூல் தமிழில் வெளிவருவது நிகழ்காலத்தின் தேவையாகும். இந்தப்பணியை மிக அருமையாகச் செய்திருக்கிறார் ஆய்வாளர் இஸ்க்ரா.

வாழ்த்துகள் இஸ்க்ரா. தங்கள் பணி மென்மேலும் தொடரட்டும்.

ஆர். பாலகிருஷ்ணன் இ.ஆ.ப. (ஓய்வு)
தலைவர்,
உலகத் தமிழாராய்ச்சி நிறுவனம், சென்னை.

உள்ளடக்கம்

1. அறிமுகம் — 11
2. பிறப்பு — 13
3. தொடக்கக் காலத் தொன்மங்கள் — 15
4. சில சிந்தனைகள் — 18
5. தென்னகத்திற்குப் புலம்பெயர்தல் — 20
6. மரபை மதிப்பிடுதல் — 25
7. மரபின் தொன்மை — 27
8. தமிழ்நாட்டில் அகஸ்தியர் — 33
9. அகஸ்தியர் மரபும் – பின் செவ்விலக்கியக் காலத் தோற்றமும் — 38
10. அகஸ்தியர் மரபும் – பிற்காலச் சமண சமயத்தின் தோற்றமும் — 42
11. அகஸ்தியர் மரபை ஏற்றுக்கொள்வதற்கான ஏதுநிலை — 48
12. இராமாயணத்தில் அகஸ்தியர் மரபு — 56
13. அகஸ்தியர் மரபும் தொல்காப்பியமும் — 58
14. அகஸ்தியரின் படைப்புகள் — 61
15. அகஸ்தியச் சூத்திரங்களும் தொல்காப்பியமும் — 70

16. அகஸ்தியர் சூத்திரங்கள்: ஒரு மோசடி	73
17. பிற்காலத் தமிழ் இலக்கியத்தில் அகஸ்தியர் மரபு	75
18. தமிழ்ப் புராண இலக்கியத்தில் அகஸ்தியர் மரபு	77
19. அகஸ்தியரைத் தெய்வீக நிலைக்கு உயர்த்துதல்	80
20. சாத்தியமற்ற உட்கட்டுமானங்கள்	86
21. அகஸ்தியர் – ஒரு வரலாற்றுத் தனியர்	89
22. அகஸ்தியர் – ஓர் அரைவரலாற்றுக் கதாப்பாத்திரம்	95
23. அகஸ்தியர் – ஓர் உருவகக் கதாப்பாத்திரம்	98
24. முடிவுரை	100
பின்னிணைப்பு - 1	
25. தாலமியின் 'பெட்டிகோ' பற்றிய குறிப்பு	102
பின்னிணைப்பு - 2	
26. திராவிட நாகரிகம் பற்றி அறிஞர்களின் கருத்து	108
பின்னிணைப்பு - 3	
27. பல அகஸ்தியர்கள் எனும் கருதுகோள்	112
பின்னிணைப்பு - 4	
28. பார்வை நூல்கள்	126

அறிமுகம்

தமிழ்நாட்டின் பரந்த வெளி நெடுகிலும், அகஸ்திய முனிவர் சார்ந்த பண்பாட்டு எச்சங்களைப் போல் சுயநலப் போக்கிற்காக அதிகம் பயன்படுத்திக் கொள்ளப்பட்ட மரபு வேறொன்றில்லை. ஆரியர்கள் வரைந்து வைத்த சரித்திர ஆவணங்களில் புராண ரீதியாகவும் அரை வரலாற்றுத் தன்மையோடும் வரலாற்றுக் கதாப்பாத்திரப் பிம்பத்திலும் அறியப்படுபவர்களுள் முதன்மையானவர், அகஸ்தியர். இங்குள்ள மக்கள் பண்பாட்டின் மரியாதைக்குரிய நபராகவும் இவர் போற்றப்படுகிறார்.

வேதங்களில் முதன்மையான ரிக் வேதத்தில் அகஸ்தியர் இயற்றிய சுலோகங்கள் இடம்பெற்றுள்ளன. இவ்வாறு ஆரியர் குறித்து அறியவரும் மிகத் தொடக்கக் கால வரலாற்றுப் பக்கங்களிலேயே அகஸ்தியர் பற்றிய குறிப்பு காணக்கிடைக்கிறது. இருப்பினும் அவரைப் புனிதத்துவம் வாய்ந்த சப்த ரிஷிகளுள் ஒருவராகவோ, பிரஜாபதிகளுள் ஒருவராகவோ, மனித இனத்தின் மூதாதையராகவோ அவர்கள் அங்கீகரித்து மதிப்பளிக்கவில்லை. கௌதமர், பரத்வாஜர், விஸ்வாமித்திரர், ஜமதக்னி, வசிஷ்டர், காஷ்யபர், அத்திரி போன்றவர்களே சப்த ரிஷிகளாக அழைக்கப்பெற்றனர். வாயுபுராணம், விஷ்ணுபுராணம் போன்ற பிற்காலப் புராண நூல்களும் தொடக்கக்கால ரிஷிகளின் பெயரோடு பிருகு, தட்சன் போன்றோரை இணைத்துச் சற்று விரிவாக்கியதே அன்றி அகஸ்தியருக்கு முக்கியத்துவம் அளிக்கவில்லை.

இவற்றை ஆதாரமாகக் கொண்டு பார்க்கையில், அகஸ்தியர் முற்காலத்தவராக இருக்க வாய்ப்பில்லை; நிச்சயம் அவர் பின்தோன்றியவராக இருக்கலாம் என ஊகிக்க இடமுண்டு. ஆனால் பிற்காலத் தலைமுறையினர், அகஸ்தியரைப் புறமொதுக்கியதற்குப் பதில் சொல்லும் விதமாக, நட்சத்திர அந்தஸ்து உடையவர்களுக்கு மத்தியில் அவரை அமர்த்திப் பார்த்தனர். தென்திசையில் ஒளிபொருந்தி மிளிரும் கனோபஸ் நட்சத்திரம் (தமிழில்: அகஸ்திய விண்மீன்), பெருமுனிவர் அகஸ்தியராகவே கருதப்படுகிறது. மனித குலத்திற்கு அவர் செய்த ஓய்வறியா தொண்டுகளால், தெய்வீக அம்சமாக அங்ஙனம் நன்றியோடு நினைவுகூரப்படுகிறார்.

பிறப்பு

பெரும் புகழ்பெற்ற அகஸ்தியரைச் சுற்றிப் பல்விதத் தொன்மங்களும் பழங்கதைகளும் உழன்று வருவது ஆச்சரியமல்ல. அவர் இப்பூமிக்கு வருகை தந்ததாகச் சொல்வதிலும், விண்மீன்களில் ஏற்றம் கொண்டவராகக் கூறப்படுவதிலும், நம் நம்பிக்கைக்கும் கற்பனைக்கும் அப்பாற்பட்ட விஷயங்கள் உண்டு.

மித்திர தேவரின் விந்தினை, ஒரு பானையில் பத்திரப்படுத்திப் பாதுகாத்து வைத்ததிலிருந்து அகஸ்தியர் தோன்றினார் எனும் கதைப்படி கலசஜா, கலசிசுதா, கும்பயோனி, கம்பசம்பவ, கடோத்பவ (பானையில் பிறந்தவர்) முதலான பெயர்களில் அகஸ்தியர் அழைக்கப்படுகிறார். முன்பொரு காலத்தில் மித்திர தேவருக்கும், வருண தேவருக்கும் தேவலோக அரம்பை ஊர்வசி மீது மையல் வந்தது. இருவருக்கும் காமநோய் மிகுந்திருந்ததால், இனப்பெருக்க வளம் பொருந்திய விந்து தானறியாது வெளியேறியது. அதில் முதலாமவர் மண்பானையிலும், இரண்டாமவர் கடலிலும் பத்திரப்படுத்தினர் என்பதாகக் கதை செல்கிறது. சில காலம் சென்றதும் மண் பானையிலிருந்து அகஸ்திய முனிவரும்; கடலிலிருந்து சப்த ரிஷிகளுள் மதிப்பிற்குரியவரான வசிஷ்டரும் தோன்றினர். இத்தெய்வீகப் பிறப்பினால் மைத்ரிய-வருணி என்றும் ஊர்வஸ்ய என்றும் அகஸ்தியருக்குப் பெயர்கள் உண்டு.

பிற்காலத்தில் இக்கதைக்கு வெவ்வேறு வடிவங்கள் உருவாகின என்றாலும் அவற்றை இங்குக் குறிப்பிடுவதற்குப் பொருத்தம் இல்லை. அகஸ்தியர் வாழ்விலிருந்து ஓர் உண்மை மட்டும் தட்டையாக வெளிப்படுகிறது. சாதாரண மனிதன் ஒருவனுக்கு அகஸ்தியரின் பிறப்பும் விண்மீன் ஏற்றமும் மிகவும் மர்மமாக இருக்கிறது. ஆரிய மனநிலைக்குட்பட்ட தாக்கத்திலிருந்து இயற்கைக்கு அப்பாற்பட்ட விஷயங்களை நம்புவதில் கவனமாக இருக்க வேண்டும். புராணமும் தொன்மமும் மலிந்து கிடக்கும் அக்கதைகளில் உண்மையைக் கண்டறிய, ஐயமனம் கொண்டவராக, அவற்றைக் கேள்விக்குட்படுத்தி தெளிவதில் தவறேதும் இல்லை.

அகஸ்திய முனிவரின் வாழ்விலிருந்து மாய, மந்திர, தொன்மங்களைக் கழித்தெறிந்தாலும், மதிக்கத்தக்க வரலாற்றுச் செய்திகளும் உண்மைகளும் நமக்குக் கிடைக்கத்தான் போகின்றன என்பதில் சற்று ஆறுதல் கொள்ளுங்கள். இவற்றைத் தொகுப்பதன் மூலம் பண்டைய ஆரியர் வரலாற்றுக்கு மேலும் சில திட ஆவணங்கள் கிடைக்கும். சராசரி மனிதப் பகுத்தறிவுக் கொள்கைகளைத் தாண்டி இதை எங்ஙனம் கொண்டு சேர்க்கப் போகிறோம், என்பதே இன்றைய சவால்.

தொடக்கக் காலத் தொன்மங்கள்

அகஸ்திய முனிவரைச் சுற்றி எழுந்த தொன்மங்களை இரண்டு வகையாகப் பிரிக்கலாம்: அவை தொடக்கக் காலத்தவை மற்றும் பிற்காலத்தவை. அவர் ஆரியவர்த்தத் திலிருந்து தென்னகம் நோக்கி வந்ததாகச் சொல்லப்படும் கதையிலிருந்து, அகஸ்தியரைச் சுற்றிப் பின்னப்பட்டுள்ள கதைகளை ஆரிய, திராவிட தொன்மங்களாகப் பிரிக்க வசதி உள்ளது. ஒரு வரலாற்றாய்வாளராக, அவ்விரண்டு புள்ளிகளையும் பிரித்தறிந்து பார்க்கும் முகாந்திரங்கள் மிகவும் குறைவுதான். இரண்டுமே ஒருபோகுடைய பாதையைத் தேர்வு செய்து, ஒன்றுபோலவே வியக்கத்தக்க கதைகளை அமைத்துள்ளன.

வடக்கத்திய தொன்மத்தில் உள்ள இமய மலைக்குப் பதிலாக தென்னகத் தொன்மத்தில் பொதிகை மலை இடம்பெற்றுள்ளது; ரிக் வேதத்தில் எண்ணற்ற மந்திரங்களும், மருத்துவக் குறிப்புகளும் அகஸ்தியரின் சம்ஸ்கிருத ஆக்கங்களாக குறிப்பிடுவதற்குப் பதிலீடாக, தமிழ்ச் சித்தர் மரபில் அவரின் ஆக்கங்களும், மருத்துவ நூல்களும் முன்வைக்கப்படுகின்றன. சிவபெருமானின் அனுமதியோடு கங்கை நதியைக் கொண்டு வந்ததன் (பார்க்க: காசி காண்டம்) கதைக்கு மாற்றாகத் தெற்கில் சிவ அனுமதியோடு தாமிரபரணி நதிநீர் கொண்டுவந்த செய்தி சொல்லப்படுகிறது. மேலும் காவிரி நீருக்காகக் கணேசக் கடவுளுடன் அகஸ்தியர் பேரம்பேசிய கதையொன்று உண்டு; வடக்கில் வாரணாசி

என்றால், தெற்கில் பாதாமி என்று அவர் இருப்பிடம் மாற்றப்பட்டது. அத்தகுப் பாதாமியை தட்சிண காசி என்றும் அழைப்பர்; விதர்ப்ப நாட்டு அரசன் மகள் லோபாமுத்திரையை மணந்ததாக வடநாட்டில் கதையுண்டு. அதற்கு மாற்றாக கவரே மன்னனின் மகள் காவிரியை அகஸ்தியரின் மனைவியாகத் தெற்கில் வழங்கினர். வடநாட்டில் தன் மந்திரச் சக்திகளைப் பயன்படுத்தி அதிக சாபம் விடும் நபராக அறியப்படும் அகஸ்தியர், தெற்கிலும் இதைப் பின்பற்றியிருக்கிறார். தன் மாணவர் தொல்காப்பியர்மீது அவர் சாபம் விடும் இடத்தில் இதை உறுதி செய்யலாம். தொலைதூர தெற்கு தேசம் சென்றபோதிலும், குறுமுனி – தன் குள்ள உடல்வாகினால் இங்ஙனம் அழைக்கப்படுகிறார் – தன் சுபாவத்தில் இருந்து மாறுபடாமல் இருந்துள்ளார்.

இக்கதைகளின் ஒருபோகுநிலையை எண்ணிப் பார்க்கையில், தென்னகத் தொன்மங்கள் வடக்கின் எதிரொலியாக உள்ளமை தெளிவாகிறது. ஒன்று, இத்தொன்மங்கள் தென்னகத்தின் தூய ஆரியப் பின்னணியில் உருவானவையாக இருக்கலாம். அல்லது, திராவிடர்கள் ஆரியத் தொன்மத்தின் மீது ஈடுபாடு கொண்டு அவற்றைச் சற்றுத் திருத்தித் தமதாக்கிக் கொண்டிருக்கலாம். சமீப ஆண்டுகளில், நன்கு அறியப்பட்ட அகஸ்தியர் எனும் இப்பெருமகனாரை, ஒரு தூய திராவிடர் என நிறுவும் முயற்சி நடந்துகொண்டிருப்பது ஆச்சரியமூட்டுகிறது. கற்பனைக் கோட்பாடுகளைக் கோட்டையாக்கி அதன்மேல் அகஸ்தியரைத் திராவிடர் என நிரூபிக்கத் துடிக்கும் இவர்கள், போதுமான சான்றுகளின்றி சறுக்குகின்றனர். அதே கையோடு அஸ்திவாரம் இல்லாத மொழியியல் சான்றைத் தன் பேச்சுக்குத் துணையாக அழைக்கின்றனர். அகஸ்தியர் மருத்துவர் என்பதால், அகஸ்திய அல்லது அகஸ்தியன் எனும் அவர் பெயரைத் தமிழில் வழங்கும் அகத்தி மரத்தோடு ஒப்புப்படுத்தி, அவரின் தவக்குடில் அகத்தி மரங்கள் போன்ற மூலிகைத் தாவரங்கள் சூழ அமைந்திருக்கும் எனச் சொன்னார்கள்.

இங்கு ஒரு தொன்மம் மற்றொரு தொன்மத்தோடு முரண்படுவதைக் காண்கிறோம். இரண்டும் சீராகவே இருக்கின்றன. இருப்பினும், அகஸ்தியருக்குத் திராவிட மூதாதையர் பின்புலம் கொடுத்துச் சிந்திக்க முடியுமா என்பதுதான் முதன்மைக் கேள்வி. ஒருவேளை அகஸ்தியர் பிறப்பால் திராவிடர் என்றால், வடநாட்டில் வாழ்ந்தவரின் கதைகளோடு ஒப்புமைப்படுத்தி இணைத் தொன்மம் உருவாக்குவதற்குத் தேவை என்ன? இவ்விரு கதைகளும் சமாந்தரமாக இருப்பது வெறும் தற்செயல் என நம்புவதற்கு மனம் இடந்தரவில்லை.

சில சிந்தனைகள்

ஒட்டுமொத்த தொன்மங்களிலிருந்தும் ஒன்றிரண்டு புள்ளிகள் குறிப்பிடத்தகுந்தன என்று எண்ணுகிறேன். இயற்கையாகவே அகஸ்தியர் எனும் இப்பழங்காலத்து மனிதரின் பெயர், கணிக்க முடியாத மிகப் பழங்காலத்துக் கதைகளோடு தொடர்பு கொண்டுள்ளது. வடபகுதி தாழ்ந்தபோது, தென்னகத்தைச் சமன்படுத்த தெற்கு நோக்கி வந்தவர் என்றும் விந்திய மலையின் வளர்ச்சியை ஒடுக்கியவர் என்றும் பெருங்கடல் வற்றும்படி அதன் நீரை முழுவதுமாக முகந்து குடித்தவர் என்றும் சொல்லப்படும் கதைகள் ஒருவித வானியல் மற்றும் புவியியல் சார்ந்த நிகழ்வுகளாக இருக்கலாம். (அவை என்னவாக இருந்திருக்கும் என்று இப்போது அறிதற்கு இல்லை) மிகவும் அரிதான, இயல்பு வாழ்வைப் புரட்டிப் போட்ட பேரபாய நிகழ்வாக இருக்க வாய்ப்பு உண்டு.

இவையொருபுறம் இருந்தாலும், அகஸ்தியர் வாழ்வில் நிகழ்ந்த பல மாயவிநோத சம்பவங்கள் சக்திவாய்ந்த சாபங்களோடு தொடர்புடையதாக உள்ளன. உண்மையில் வெகு சீக்கிரத்திலேயே கோபம்கொண்டு தன் சக்தியைப் பயன்படுத்தி சாபம் அளிப்பவராக இருந்திருக்கிறார். இவர் பல்காலும் சபிப்பதைக் கண்டு, சாபக் கலை கைத்தேர்ந்த துறவி எனச் சொல்லவும் ஒருவர் துணியலாம். பிறப்பால் அவர் குள்ளம். எனினும் அந்த உயரப் பாகுபாட்டை, நம்பவியலாத மாயச் சக்திகள் கொண்டு ஈடுசெய்தார். அவர் மனப்பாங்கு எப்போதும் சீராக இருந்ததில்லை. சிறிதாகச்

சினமூண்டாலும், எள்ளும் கொள்ளுமாக வெடித்து அழிக்கும் எண்ணத்திற்குப் போய்விடுவார். இந்திரன், நகுசன், ஊர்வசி, கிருதாட்சி, மதியநந்தை, தாடகை, சுந்தன், கிரௌஞ்சன், மணிமான், லோபாமுத்திரை, தொல்காப்பியர் முதலானோர் தாம் செய்த சிறு பிழைகளுக்குப் பெரும் தண்டனை ஏற்க வேண்டி இருந்தது.

அகஸ்தியருக்குத் தாராள மனமும் உண்டு. ஆனால் இப்பொல்லாத உலகில், அவர் மிக சொற்பமாகவே அதன்வழி நின்று ஆசி வழங்கினார். பழிபாவத்துக்கு அஞ்சாத இவ்வுலகை, ஒருவித அறநெறிக்குள் கொண்டுவர அகஸ்தியர் போன்ற சீர்த்திருத்தத் துறவிக்கு அச்சேய்மை காலத்தில் ஏதேனும் ஒரு தேவை இருந்திருக்க வேண்டும். சிவன், முருகன் மற்றும் சூரியக் கடவுளுக்கு முன்னிலையில் இவர் பாடம் பயின்றார். இறைவனின் திருவடியில் அமர்ந்து, ஞான ஒளியாக விளங்கும் இத்தகைய பண்பாளர்கள், மனித குலத்திற்கு வழிகாட்டும் அறிஞர்களாக இருக்கும் வேளையில் என்ன செய்தாலும் பொறுத்துக்கொள்ளலாம். இறைவனுக்கும் மனிதனுக்கும் மத்தியில் இடையீட்டாளராகச் செயல்படும் அகஸ்தியரை, சராசரி மனிதர்களை எடைபோடும் செந்தரத்தில் மதிப்பிடக்கூடாது. வட இந்தியாவில் அவர் மேற்கொண்ட நடவடிக்கைகளை ஒருபுறம் வைத்துவிட்டு, தென்னிந்தியப் பகுதி சார்ந்து அவர் புலம்பெயர்ந்து வந்த கதைகளை ஆராய்ந்தால், தெற்கின் வரலாற்று ஆய்வாளர்கள் ஆர்வத்துடன் முன்வருவார்கள். ஆகவே இதைப் பெரும் அளவில் நுணுகிப் பார்ப்போம்.

தென்னகத்திற்குப் புலம்பெயர்தல்

புவியியல் ரீதியாக அகஸ்தியரின் தென்னாட்டுத் தீபகற்பப் பயணத்தை மூன்று அடுக்குகளாகப் பிரிக்கலாம். அவர் தென்னாட்டில் முதன்முதலாக அகஸ்திய ஆசிரமத்தில் தங்கினார். தற்போதைய நாசிக் நகரத்தில் அமைந்துள்ள அவ்வாசிரமம், பழங்காலத்தில் தண்டகாரண்ய வனத்தின் வடக்கு மூலையில் உள்ள பஞ்சவடி எனும் பகுதியில் இருந்தது. அகஸ்தியர், விதர்ப்ப நாட்டு அரசன் மகள் லோபாமுத்திரையை மணந்ததும், இராமனை முதன்முதலாகச் சந்தித்ததும் இங்குதான்.

அவரின் அடுத்த உறைவிடம், பம்பாய் மாகாணத்தின் கலாத்கி மாவட்டத்தில் உள்ள பாதாமியில் இருந்து மூன்று மைல் தூரம் கிழக்கு நோக்கியுள்ள மலக்குட்டாவில் அமைந்தது. மேற்சொன்ன பாதாமி (பழங்கால வாதாபிபுரம்) நகரம்தான் தட்சிண காசி என்று அழைப்படும் ஊர். அதுதான் அகஸ்தியர் பயணத்தின் இரண்டாவது அடுக்கு. இரண்டாவது உறைவிடம், முந்தைய நாசிக் நகரிலிருந்து 300 மைல் தூரம் தெற்கு நோக்கி நகர்ந்திருப்பதை நாம் கவனிக்க வேண்டும். அகஸ்தியர் வாதாபியை உண்டதும், இல்வலாவை (வில்வலா என்றும் அழைப்பர்) அழித்ததும் இந்தக் காலக்கட்டமாக இருக்கலாம்.

மூன்றாம் அடுக்குக் கதைகள் பொதிகையைச் சுற்றி வலம் வருகின்றன. இவ்விடம் மலை என்றும் அழைக்கப்படுகிறது. மேற்குத் தொடர்ச்சி மலையில் உள்ள தொலைதூரத்

தெற்கில் அமைந்துள்ள இப்பொதிகை மலை, பாண்டி நாட்டு எல்லைக்குள் வீற்றிருக்கிறது. அக்காலத் தமிழ்நாட்டின் மத்தியப் பகுதியில் வீற்றிருந்த அகஸ்தியர், முதல் தமிழ்ச் சங்கத்தைத் தோற்றுவித்ததோடு அதற்குத் தலைமையும் தாங்கினார். விரிவான தமிழ் இலக்கண நூல் இயற்றியதோடு, சிற்சில சித்து நூல்களும் மருத்துவ நூல்களும் தந்திரங்களும் இயற்றினார்.

எனினும் அகஸ்தியர் தங்கியிருந்த நாசிக் ஆசிரமத்திலிருந்து சுமார் 800 மைல் தூரம் தள்ளியுள்ள தென்கோடி பகுதியோடு அவரின் தொன்மக் கதைகள் முடிவுபெறவில்லை. அவர் கடல் கடந்து சென்றதாக, இன்னும் இரண்டு அடுக்குக் கதைகள் கூடுகின்றன. நான்காவதாக, கிழக்கிலுள்ள இந்தோனேசியத் தீவில் தரையிறங்கினார். அங்கு அவர் வருணத்வீபம் (போர்னியோ), குசத்வீபம், வராஹத்வீபம் முதலான பகுதிகளைப் பார்வையிட்டதாகத் தெரிகிறது. மலையத்வீபத்தில் உள்ள மஹா மலாய மலையில் தங்கியதாகச் சொல்கின்றனர்.

இறுதியில் தரைவழியாகப் பயணப்பட்டுச் சயாம் மற்றும் கம்போடியா வந்து அடைந்தார். கிழக்கு நோக்கிய அவரின் தீராத நெடும்பயணம், இங்குவந்து சேர்ந்த பிறகு உள்ளூர் அழகியான யசோமதியை திருமணம் செய்ததோடு முற்றுப்பெற்றது. யசோமதியின் மூலம் அரசுப் பரம்பரையில் அகஸ்தியர் வாரிசு தரித்தார். யசோவர்மன் அப்பரம்பரையில் புகழ்பெற்ற மன்னனாகத் திகழ்ந்தான்.

இந்தியாவில் அகஸ்தியரைப் பின்பற்றிக்கொண்டிருக்கும் பலரும், அவரின் வெளிநாட்டுப் பயணங்கள் பற்றி அதிகம் அறிந்திலர். இந்தியாவுக்குள் அவர் பயணப்பட்ட கதைகளுக்குள் சில நூற்றாண்டுகளாக பல அடுக்குகள் சேர்க்கப்பட்டு வருகின்றன. அதன் காரணமாக அகஸ்தியர் பண்பாடு சில நூற்றாண்டுகளுக்குள் ஒரு தனித்தொகுப்பாக உருப்பெற்றுவிட்டது. இக்குழப்பத்தை மேலும் வலுவூட்ட, புராண ஆசிரியர்கள் எண்ணிலடங்காத கற்பனைக் கதைகளையும், அசகாயச் சாகசங்களையும் இவ் ஆரியத்

துறவிமேல் ஏற்றி வைத்துள்ளனர். கதையோட்டத்தில் உள்ள தடுமாற்றங்களையோ, முரண்பாடுகளையோ அவர்கள் கண்டுகொள்ளவில்லை. அகஸ்தியத் துறவி பெம்மான் புகழ் உடையவர் என்றும், தாம் சொல்லும் அனைத்துவிதப் பழங்கதைகளுக்கும் அவர் பாத்திரமாவார் என்றும் அவர்கள் நினைத்திருக்கலாம்.

தட்சிணபாதத்தையும் (தென் இந்தியா) அதற்கப்பால் உள்ள இந்தியாவையும் ஆரியமயமாக்கியதாகச்[1] சொல்லப்படுவதன் தொடக்கப் பகுதியாக, தண்டகாரண்யத்தில் அமைந்துள்ள அவர் ஆசிரமத்தைச் சுற்றி வடவர் பண்பாட்டிலான சில மதிப்புமிக்க தடயங்கள் கிடைக்கின்றன.

நிகழ்காலத்தில் ஒரு நாட்டில் மதச்சார்பற்ற காலனித்துவ அரசின் ஆட்சியதிகாரம் அமைந்த பிறகு, சமயப்பரப்பாளர்கள் மதமாற்ற முயற்சிகளில் தொடர்ந்து ஈடுபடுவதைக் காண்கிறோம். பழங்காலத்தில் கூட இவ்வழக்கம் இருந்திருக்கிறது. தென்னிந்தியாவில் இருந்த அந்நியப் பழங்குடிகளுக்கு ஆரிய மதப் பழக்கவழக்கங்களை அறிமுகப்படுத்த வந்த

---

1 'நாகரிகம்' என்பது இலக்கியம், சமயம் மற்றும் தத்துவ வளங்களைத் தம்முள் பொதிந்து வைத்திருப்பது என்று சம்ஸ்கிருத பண்டிதர்கள் சொல்வது உண்மையானால், ஆரியப் பண்பாடு திராவிட இந்தியாவில் செல்வாக்குச் செலுத்தியிருக்கிறது எனச் சொல்ல முடியும். ஆனால் நாகரிகம் எனும் பதத்தை நாம் பரந்துபட்ட அளவில் புரிந்துகொள்ள முயன்றால், அதற்கு இயற்கையைக் கட்டுக்குள் வைப்பது; வாழ்க்கைக்குத் தேவையானவற்றை உருவாக்குவது; இன்ப வாய்ப்பு நலங்களைப் பெருக்குவது; மனித நாட்டத்திற்கு உட்பட்டவற்றை அதிநவீன கலை வடிவங்களாய் வளர்த்தெடுப்பது; மனித வாழ்வைச் சமூகத் தளத்திலும், தனிப்பட்ட முறையிலும் உயர்த்துவது என்று பொருள் கொள்கிறோம். அங்ஙனம் பார்க்கையில், நம் நிகழ்கால வாழ்க்கையில், திராவிட மக்கள் தம் மூதாதையர்களிடமிருந்து மரபுவழி பெற்ற நாகரிகப் பழக்கங்களே நான்கில் மூன்று பங்கு நிறைந்துள்ளன. சான்றாக, வாழ்வின் இரண்டு அடிப்படை கலை வடிவங்களை எடுத்துக்கொள்வோமே, வேளாண் கலை மற்றும் கட்டடக் கலை. இதில் எங்கு ஆரியமயமாக்கம் இருக்கிறது? குறுகிய பார்வையில் பொத்தாம் பொதுவாக ஆரியமயமாக்கல் எனச் சொல்வதால் சரியான வரலாற்றுக் கோணத்தை இழப்பதோடு, இன்றைய தென்னிந்தியா கலாச்சார ரீதியாக வளர்ச்சி அடைந்ததன் பின்னணியில் இருக்கும் திராவிடர்களின் பங்களிப்பையும் முழுமையாக மறைக்கிறோம். இலக்கியம், சமயம், தத்துவம் போன்ற துறைகளில் திராவிடர்களின் பங்களிப்பு ஆரியர்களைவிட எண்ணிக்கையில் குறைந்தவை என்றாலும் வரலாற்று ஆய்வாளர்கள் அதன் தனித்தன்மையைக் கணக்கிட்டுச் சிறப்புக் கவனம் அளிப்பதில்லை.

அகஸ்தியரின் முயற்சிகளையொட்டித்தான் பிற்காலத்தில் ஆரிய மதம் முழுவதுமாகப் பரவுகிறது. அகஸ்தியருக்கே இதன் பின்விளைவுகள் முழுவதுமாகத் தெரிந்திருக்குமா என்பதில் சந்தேகம்தான். ஏனெனில், அவர் நாடு பிடிக்கும் எண்ணத்தில் இப்பகுதிக்குள் நுழையவில்லை.

அளவிடற்கரிய வளங்களைக் கொண்ட ஒரு புதிய பிரதேசத்தை, அகஸ்தியர் தம் இனக்குழுவில் முதல் ஆளாகக் கண்டடைந்ததால், தன் சமூகத்தில் அவர் ஓர் உபகாரி போல மதிக்கப்பட வேண்டும். அதனால் அவர் மீது சராசரிக்கும் அதிகமான மரியாதையும் வழிபாடும் செய்யப்படுகிறது. அகஸ்தியருக்கு ஏன் இத்தனை மதிப்புமிக்க இடம் வழங்கப்படுகிறது என்பதை ஆரியக் கோணத்தில் நம்மால் தெளிவாகப் புரிந்துகொள்ள முடிகிறது. ஆனால் திராவிடக் கோணத்தில் இதற்குப் பதில் தேட விளையும்போதுதான் உண்மையான சிக்கல் தொடங்கும்.

ஒட்டுமொத்த இனமும் ஓர் அந்நிய நபரை எங்ஙனம் தலைவராக ஏற்றுக்கொண்டனர்? கற்றல், ஞானம் மற்றும் துறவு மார்க்கத்திற்கான ஏகத்துவ குருவாக வளர்ந்து, ஆன்ம வழிகாட்டியாக எங்ஙனம் உயர்வு பெற்றார்? ஒட்டுமொத்த தமிழ்ச் சமூகமும், இன்றைக்கு அகஸ்தியர் எனும் ஓர் ஆரிய ரிஷியைத் தெய்வத்தன்மை பொருந்திய மகானாக உபசரிக்கின்றது. தம் உற்றார் உறவினர் போல் பாவிக்கின்றது. இதுபோல் வேறெந்த இனமாவது தனக்குத் துளியும் தொடர்பில்லாத, இன – வேறுபாட்டுக்குரிய ஒருவரை விழிப்பின்றி கொண்டாடுமா என்ற கேள்வி எழுகிறது.

அகஸ்தியருக்கு உள்ள ஆரிய அடையாளங்களை மறைத்து, அவரைத் திராவிடராகச் சித்திரிப்பது கையிலிருக்கும் சிக்கலை முடிவுக்குக் கொண்டுவரும் முயற்சிதானே என்று ஒருவர் சந்தேகம் கிளப்பலாம். இனப்பற்று உடைய யார் வேண்டுமானாலும் இந்தத் துணிச்சலான தீர்மானத்தால் மகிழ்ச்சியடைவார்கள். ஆனால் தன் நன்மதிப்பை அடமானம் வைத்து இதுபோன்று புதிதாக உருவாக்கப்பட்ட கருத்தேற்றத்திற்கு எப்பேற்பட்ட ஆய்வாளரும் ஆதரவு

அளிக்கமாட்டார். முதல் கணத்தில் தோன்றியதுபோல் இப்பிரச்சினை ஒன்றும் அத்தனை பூதாகரமானது இல்லை. அகஸ்தியர் எனும் தொன்மத்தைச் சுற்றி, தமிழ்க் கலாச்சாரத்தில் பின்னப்பட்டுள்ள கதைகளையும் செய்திகளையும் மறுமதிப்பீடு செய்ய இவ்வேளை துணைபுரிகிறது.

மரபை மதிப்பிடுதல்

எல்லாச் சமூகத்திலும் வரலாற்றுக்கு மூலப்பின்னணியாக இருப்பவை மரபுதான். எழுத்துக்கு முந்தைய காலத்தின் அதிகாரப்பூர்வ வரலாறு மிக அரிதாகவே கிடைத்துள்ளது. போதுமான வரலாற்று மூலங்கள் இல்லாததால், தொல்பழங்காலத்திலிருந்து மனிதச் சமூகம் பரிணாமம் அடைந்தது வரையிலான பெரும் காலப் பரப்புவரையுள்ள இடைவெளி தெளிவற்று உள்ளது. மானிடவியல் அறிஞர்களும் தொல்லியல் ஆய்வாளர்களும் தளர்ச்சியடையாத உழைப்பினால், எழுத்தாவணங்கள் தவிர்த்து உள்ள பிற மூலங்களைக் கண்டடைவதில் தொடர்ச்சியாக முயன்றுள்ளனர். அதன் பயனால், வரலாற்றுக்கு முந்தைய கால மனிதர்கள் பற்றி ஒளிகூடிய உருவம் தென்படத் தொடங்கியுள்ளது. ஆனால் தொல்பழங்கால மனிதர்கள் விட்டுச்சென்ற கைவினைப் பொருட்களையும், கலைப் படைப்புகளையும் கொண்டு காட்சித் துணுக்குகளைச் சேகரித்தாலும், அவ்வுருவத்திற்கு வண்ணம் தீட்டி அவர்களின் அகவுணர்வுகளைப் புரிந்துகொள்ள போதுமான ஆதாரங்கள் இல்லை.

ஆகவே மனிதர்களின் அகநிலைசார் பரிணாமங்களைப் புரிந்துகொள்வதில் உள்ள மர்மம் நீடிக்கத்தான் போகிறது. இங்கு அறிவியலின் தேவையால் பயனில்லை என்றான பிறகு, இருண்டு கிடக்கும் சென்றுபோன நாட்களின் பழங்கால வீதிகளை ஒளியேற்றிப் பார்க்க மரபுதான்

ஓரளவு உதவிபுரிகிறது. உண்மையில் ஒவ்வொரு இனத்தின் பழங்கால வரலாற்றையும் புரிந்துகொள்ள உதவுபவை, மரபுதான். சூழலுக்குத் தகுந்தாற்போல் அதன் மதிப்பு மாறலாம். அறிவியல்பூர்வ வரலாற்றாசிரியர்கள் தொல்முறை மரபுக் கூறுகளினால் பயனில்லை எனச் சொல்லி மொத்தமாக அவற்றை ஒதுக்கிவிட முடியாது. அதில் பொதிந்துள்ள வரலாற்றுத் துணுக்குகளை நுட்பமாகவும் பொறுமையாகவும் பிரித்தெடுப்பது அவர்தம் கடமை. உருக்கிய உலோகக் கழிவிலிருந்து மதிப்புமிக்க தாதுக்களைப் பிரித்தெடுப்பது சவாலான காரியம். ஆனால் நேர்த்தியான அறிவியல் மனப்பான்மையும், உன்னிப்பான செயல்திறனும், ஒத்துணர்வுடைய கற்பனையும் கூடிய ஒருவரால் இதில் வெற்றிபெற முடியும்.

மரபுகளை மதிப்பிடும்போது அவை சில முதன்மைத் தேவைகளைப் பூர்த்தி செய்கின்றனவா என ஆராய வேண்டும். பொருத்தப்பாடு இருக்க வேண்டும்; செய்திகள் முரண்பாடின்றி அமையவேண்டும். தொல்நெடுங்காலத் திலிருந்து அறுபடாத சங்கிலிபோல் அதன் ஓட்டம் உள்ளதா எனப் பரிசோதிக்க வேண்டும். இவ்வடிப்படை வரையறைக்குள் பொருத்திப் பார்க்கையில், அகஸ்திய மரபு தேர்ச்சிப் பெறுகிறதா என மேற்கொண்டு பார்ப்போம்.

மரபின் தொன்மை

அகஸ்திய மரபென்பது பிற்காலத்தில் மிகப் பழைமையானதுபோல் தோற்றம் கொடுக்கச் செய்தாலும், ஆரியர்கள் விந்திய மலைத்தொடருக்கு அப்பால் வந்து குடியேறிய தொடக்கக் காலக்கட்டத்திற்கு முந்தி நாம் இதை முன்னகர்த்திச் செல்ல முடியாது. அவர்கள் தென்னகம் நோக்கிப் பெயர்ந்துவர இயலாதபடி நெடுங்காலத்திற்கு இம்மலைத் தொடர் இயற்கை அரணாக இருந்துள்ளது. விந்திய மலைத்தொடர் சங்கிலியின் வட-கிழக்கு முனையும் தென்-மேற்கு முனையும் ஆரியவர்த்த வாசிகளால், 'பரியாத்ரா' எனும் பெயரால் வழங்கப்பட்டுள்ளன. ஆரியர்கள் தம் பயண மற்றும் தொலைத்தொடர்பு எல்லைகளுக்குப் பெயர் சூட்டும் வழக்கத்தைக் கைக்கொண்டிருந்ததிலிருந்து இதைப் பெறமுடிகிறது.

தொடக்கத்தில் தெற்கு நோக்கி நகர்வதில் ஆரியர்களுக்குச் சிக்கல் இருந்ததால், கங்கை நதி வங்கக் கடலைச் சந்திக்கும் கழிமுகப் பகுதிக்குக் கீழைத் திசை நோக்கி நீண்ட பயணம் மேற்கொண்டனர். சில ஆண்டுகளுக்குப் பிறகு, இத்திசை நோக்கி மேலும் குடிபெயர்ந்தவர்கள் தென்-மேற்காக நகர்ந்து உத்கலம் (இன்றைய ஒடிசா) வரை சென்றார்கள். 'தைத்திரீய பிராமணத்தில்' விசுவாமித்ர முனிவர் தன் ஐம்பது மகன்கள் மீதும் கோபம் கொண்டு சபித்து, ஆரியக் குடியிருப்பின் எல்லைக்குச் சென்று வாழும்படி அவர்களை வற்புறுத்துவதாகக் குறிப்பு உள்ளது. "அவர்களே பின்னாளில்

ஆந்திரர், புந்திரர், சபரர், புலிந்தர், முத்திபர் முதலான சமூகங்களாய் வளர்ந்து சேவகம் செய்யும் ஆரியர் அல்லாத தாசர் இனத்தின் பெரும்பான்மையினராக உருவெடுத்தனர்."[2]

இப்பழங்குடி மக்கள், விந்திய மலைக்குத் தெற்கில் வாழ்வதாகப் பிற்காலக் காப்பியம் மற்றும் புராணங்களில் குறிப்புள்ளது. இவர்கள் வாழ்ந்த நிலப்பரப்பு, கிழக்கில் கோதாவரி நதியின் கழிமுகப் பகுதிக்குச் சற்று வடக்கிலிருந்து தொடங்கி மேற்கில் நர்மதையின் கழிமுகம் வரை நீண்டுள்ளது. ஆனால் விந்திய மலைத்தொடரின் தென்கிழக்காக வாழும் சில பழங்குடிகள் பற்றி ஐத்தரேய பிராமண ஆசிரியர் குறிப்பிடும் செய்திகள் போதிய அளவு கணக்கில் கொள்ளப்படவில்லை. முனைவர் ஆர்.ஜி. பண்டார்கரால் மிகத் தாராளமாக[3] கி.மு. 700இல் வாழ்ந்தவர் எனக் கணக்கிடப்பட்ட பாணினி, தன் சூத்திரங்களில் கச்ச, அவந்தி, கருச(க) மற்றும் கலிங்க பிரதேசங்களை தெற்கிலுள்ள

---

2 ஐத்தரேய பிராமணம், VII, 18.
காண்க, பேரா. மாக்ஸ் முல்லர் எழுதிய History of Ancient Sanskrit Literature பக். 334-335.
"தைத்திரீய ஆரண்யகம் குறிப்பிடும் சம்பவங்கள் அனைத்தும் வேத சமய வளர்ச்சியின் பிற்காலத்தைக் காட்சிப்படுத்துகின்றன. இந்நூலில் வேத காலத்துக்குப் பிந்தைய கருத்துகளும் பெயர்களும் இடம்பெறுவதை ஒருவர் பார்க்கமுடியும். தைத்திரீய பிராமணத்திலும் கூட சில இடங்கள் இதேபோல் அமைந்துள்ளன. அதன் இறுதிப் பாகம் தித்திரி முனிவரோடு தொடர்புடையது அல்ல. ஆரண்யகத்தைத் தொடங்கிவைத்த கதாமுனிவரோடு அதன் பண்புகள் ஒத்துப்போகின்றன.
இந்தியாவில், குறிப்பாகத் தென்னகத்தில் ரிக் வேத பிராமணத்தில் ஆரியரல்லாதோர் எனக் குறிப்பிடப்பட்டோர் தைத்திரீய வேதத்தைப் படித்தனர் எனத் துணிந்து சொல்லும் சில சான்றாவணங்கள் கிடைப்பதற்கான சுவடு தென்படுகிறது. தைத்திரீய ஆரண்யகத்தின் பாடபேதங்களுக்கு வேதப் பிரிவுகள் காரணமல்ல. திராவிடர், ஆந்திரர், கர்நாடகர் போன்ற தென்னகத்தின் வெவ்வேறு நிலவியல் பிரிவுகளே காரணம். வேதம் குறித்து நாம் கணக்கிட்டுவைத்திருக்கும் தொன்மைக்கும், நம்பகத்தன்மைக்கும் இவ்வுண்மை ஊறு விளைவிக்க கல்லெறிகிறது."

3 யேல் பல்கலைக்கழகத்தைச் சார்ந்த டாக்டர் வாஸ்பர்ன் ஹோப்கின்ஸ், பாணினியின் காலத்தை கி.மு. 3ஆம் நூற்றாண்டு என நிறுவ முயல்கிறார். "ஆனால் பாணினி கி.மு.3ஆம் நூற்றாண்டுக்கு முன்பே வாழ்ந்தார் எனச் சுட்டுவதற்கு யாதொரு சான்றும் கிட்டவில்லை" என எழுதுகிறார். காண்க, The Great Epic of India, p.391.

தொலைதூர நாடுகள் எனக் குறிப்பிட்டுள்ளார். திரு. பண்டார்கர் எழுதுகிறார், "பாணினி தென்னாட்டுப் பெயர்களை அதிகம் குறிப்பிடாததற்கு, அவர்க்கு அவைகுறித்த அறியாமை காரணமாக இருக்க வாய்ப்புண்டு. வடநாட்டுப் பெயர்கள் அதிகம் இடம்பெற்றிருப்பதும் இதன் காரணமே என்றறியலாம். எனவே பாணினியின் காலத்தில் ஆரியர்கள் விந்திய மலைக்கு வடக்கிலேயே குடியமர்ந்தனர் என முடிவு செய்யத் தோன்றுகிறது. விந்திய மலைத் தொடரைக் கடந்து குடியேறுவதற்குப் பதில், கிழக்கு நோக்கி நகரத் தொடங்கினர்."[4]

எனவே விந்திய மலையைத் தாண்டி வந்த அகஸ்தியரின் தென்னாட்டுப் பயணத்தை கி.மு.700க்கு முந்தைய காலக்கட்டத்திற்கு ஒருபோதும் நகர்த்திச் செல்ல முடியாது. மேற்கொண்டு இராமாயணம் மற்றும் மகாபாரதக் காப்பியங்களில் குறிப்பிடப்பட்டுள்ள விதர்ப்ப (பெரார்) நாடுதான், தென்னகத்தின் மிகப் பழைமைவாய்ந்த ஆரிய நிலப்பகுதியாக இருக்கவேண்டும் என முனைவர் பண்டார்கர் அறுதியிடுகிறார்.[5] இப்பிரதேசம் கிழக்குத் திசை வழியாகக் குடிபெயர்ந்துவந்த ஆரியர்களின் கண்டுபிடிப்பா, விந்திய மலையைக் கிழித்துக் கொண்டுவந்த அகஸ்திய முனியின் வழித்தோன்றலாய் வந்தவர்களின் கண்டுபிடிப்பா என அவர் சொல்லவில்லை. ஆனால் மரபுக் கதையின்படி, அகஸ்தியர் லோபாமுத்திரையை (குழந்தைச் செல்வம் இல்லாத) விதர்ப்ப நாட்டரசனிடம் அளித்தார். அக்குழந்தை நன்கு வளர்ந்து பருவமடைந்ததும் அவளையே மனைவியாகப் பெற்றார். ஆகவே விதர்ப்ப நாடு அகஸ்தியரின் திருமண உறவுக்கு முன்பே உயிர்ப்போடு இருந்த பிரதேசம் என இதன்மூலம் தெளிவாகிறது.

மகாபாரதம், இராமாயணம் எனும் இரண்டு காப்பியங்களும் கி.மு.500இல் தோற்றம்பெறத் தொடங்கின

---

4 Dr. Bhandarkar's Early History of Deccan, pp. 12-13.

5 Dr. Bhandarkar's Early History of Deccan, p. 7

எனக் கொண்டாலும் – இவ்விரண்டு நூல்களின் காலத்தையும் பின் தள்ளிவைக்கும் ஆய்வாளர்கள் உண்டு – விதர்ப்ப நாடு எனும் பேரரசு குறைந்தது கி.மு. 700இல் இருந்து கி.மு.500க்கு உட்பட்ட காலத்திற்குள் உருப்பெற்றிருக்க வேண்டும். இவ்விடைப்பட்ட காலத்தில்தான் அகஸ்தியர் விதர்ப்ப நாட்டு அரசரைச் சந்தித்திருக்க வேண்டும். ஆகவே அகஸ்தியரின் குடியேற்றக் காலத்தை கி.மு.600 என வரையறுப்பதால் பெரிய அளவில் குழப்பம் ஏற்படாது.

மறுபக்கம், இவ்விரண்டு காப்பியங்களும் கி.மு.100 வரையிலும் தொடர்ச்சியாகப் பல கிளைக் கதைகளைத் தம்முள் சுவீகரித்துக் கொண்டிருந்தன எனும் ஆய்வறிஞர்களின் வாதத்தை ஏற்றுக்கொண்டால் – இவ்வாதத்தை அத்தனை எளிதில் தவிர்க்க முடியாது – அகஸ்தியரின் குடியேற்றம் மிகப் பிற்காலத்தில்தான் வந்தது என மாற்றியெழுதலாம். அங்ஙனம் கி.மு.600 என்பது பாரபட்சமற்ற கணிப்பு. ஏறக்குறைய இதே காலத்தில்தான் இராமாயணக் கதாநாயகன், பழங்கால பஞ்சவடியிலுள்ள நாசிக் ஆசிரமத்தில் அகஸ்தியரைச் சந்தித்தார். விதர்ப்ப நாட்டிற்குத் தெற்கில் உள்ள, தற்போதைய மகாராஷ்டிரா பகுதிக்கு உட்பட்ட பிரதேசம் அப்போது ஊடுருவமுடியாதபடி அடர்த்தியான மரங்களும் கொடிகளும் சூழ்ந்திருந்தது. தண்டகாரண்யம் என்றழைக்கப்பட்ட அவ்வனத்தில், கொடும் விலங்குகளும் பழங்குடி மக்களும் வாழ்ந்து வந்தனர்.[6] ஒருவேளை காப்பியங்கள் மிகப் பழைமையானவை என வாதிட்டால், ஆரியர்களின் வரலாற்றுப்பூர்வ தென்னிந்தியக் குடிபெயர்வை நம்மால் அதைக் கொண்டு வாதிட முடியாது. துல்லியமான வரலாற்றுக் காலவரையறைக்கு இக்காப்பியங்கள் துணை செய்யாது போனாலும், பண்டைய கிரேக்க எழுத்தாளர்கள் இக்காலவெளி குறித்து எதிர்பாரா வண்ணம் பல குறிப்புகள் அளிக்கின்றனர்.

கால அடிப்படையில் மிக முந்தைய குறிப்புகளில்

---

6 இக்கூற்றைப் பிற்காலத்தில் எழுந்த 'எரித்திரேய கடல் வழிக் கையேடு', கி.பி.5 மற்றும் 7ஆம் நூற்றாண்டுகளில் இந்தியா வந்த சீனப் பயணிகளின் அவதானிப்புக் குறிப்புகளோடு ஒப்பிடுகையில், தரை மார்க்கமாக தென்னிந்தியாவை அடைவதில் உள்ள சிரமம் வெளிப்படும்.

இரண்டினை மட்டும் இங்குக் குறிப்பிடுகிறேன். ஒருவர், நைடிஸ் நகரின் தீஷியஸ். மற்றொருவர் மெகஸ்தனிஸ். இருவருமே கி.மு. 4ஆம் நூற்றாண்டைச் சார்ந்தவர்கள். விந்திய மலைக்கு வடக்கில் உள்ள பகுதி மட்டும்தான் இவர்களைப் பொறுத்தவரை முழுமையான இந்தியா. தென்னிந்தியத் தீபகற்பம் குறித்துச் செய்தி சேகரித்திருந்தால், நிச்சயம் அவற்றைத் தங்களின் விலாவாரியான குறிப்பில் சேர்த்திருப்பார்கள். இந்தியாவின் கடற்கரை மேற்கில் சிந்து நதியின் கழிமுகப் பகுதியான பலாதாலில் தொடங்கி, கிழக்கே கங்கை நதியின் கழிமுகம் வரை நீண்டுசெல்லும் நேர்க்கோடுபோல் அமைந்திருக்கிறது; அதற்குக் கீழ் சென்றால் தென்னிந்தியப் பெருங்கடலின் கடற்கரை மணல் காலில் உரசும் என்று கருதினார்கள் போலும்.

தீஷியஸ் முதலான பண்டைய எழுத்தாளர்கள் பலரும், தென்னிந்தியா குறித்து எழுதாமல் போனதற்குப் பல காரணங்கள் இருக்கலாம். அவற்றை ஆராய்வது இங்கு நோக்கமல்ல. ஆனால் மெகஸ்தனிஸ் போன்ற ஒரு கவனமான எழுத்தாளர், பாடலிபுத்திர அரண்மனையில் வாசம் செய்தபோது, அங்கிருந்தபடியே அக்காலம் பற்றிய முழுமையான தரவுகளை அணுகுவதற்கு வழியிருந்தும் தென்னிந்தியா பற்றிக் குறிப்பிடாமல் போனதை முக்கியத்துவம் அளித்துப் பார்க்க வேண்டும். இங்ஙனம் தென்னிந்தியா பற்றிய செய்திகள் விடுபட்டுப்போனதற்கு, வடவர்களின் தீபகற்ப இந்தியா பற்றிய அறிவின்மையே காரணம். ஆகவே செய்தி மூலங்களுக்கு வடவர்களை நம்பிக்கிடந்த மெகஸ்தனிஸிற்கு, அவர்களால் தென்னிந்தியா குறித்து ஏதும் சொல்லமுடியாமல் போனதில் ஆச்சரியமில்லை.

கி.மு.350இல் காத்தியாயனர் தன் வர்த்திகாவில் குறிப்பிடும் பாண்டியர், சோழர் பற்றிய குறிப்புகள் தென்னிந்தியாவின் நிலையைச் சுட்டிக்காட்டும் மேம்போக்கான தரவுகளாகவும், குறைபட்ட புரிதலாகவுமே இருக்கிறது. இப்பார்வை படிப்படியாகத் தெளிவடைந்து, கி.மு.150 வாக்கில் பதஞ் சலியின் எழுத்துகள் மூலம் பளிங்குபோல் பிரகாசிக்கத் தொடங்கியது. எனவே சம்ஸ்கிருத இலக்கியங்களும்,

பண்டைக்கால கிரேக்க எழுத்தாளர்களும் சாட்சியம் அளிப்பதைப் பார்த்தால், கி.மு.400இல் வடநாட்டு ஆரியர்களுக்கு, தென்னிந்தியா ஓர் அறியப்படாத பிரதேசமாக இருந்துள்ளமை உறுதியாகிறது.[7] இவ்வாய்வு வெளிச்சத்தில் பார்க்கையில், இராமாயணமும் மகாபாரதமும் குறிப்பிடும் தென்னாட்டு விவரிப்புகள் பிற்சேர்க்கை என்பது தெளிவில் உணரப்படும்.

---

7 பேரா. ஏ.ஏ. மெக்டோனெல் என்பார் தன் History of Sanskrit Literature: pp.89 எனும் புத்தகத்தில், இம்முடிவைப் பெரிதும் ஆதரிக்கும் தொனியில் சான்றுகாட்டுகிறார்.

"பண்டைய இந்திய இலக்கிய வரலாற்றைப் பொதுவாக இரண்டு முக்கியக் காலக்கட்டமாகப் பகுக்கலாம். முதல் பிரிவு வேதகாலம். கி.மு. 1500இல் தொடங்கி, கி.மு.200 வரை நீடித்தது. இதன் முந்தைய பாதியில் தோன்றிய இலக்கியங்கள் சிந்து மற்றும் அதன் கிளை நதிகள் பாயும் (தற்கால பஞ்சாப்) பகுதியைக் கலாச்சார மையமாகக் கொண்டு படைப்பாற்றல் மிகுந்தும், ரசனைத்துவம் ஊறியும் கிடந்தன. இரண்டாம் பாதியில் கங்கைப் பள்ளத்தாக்கு அறிவுத்தளமாகச் செயல்பட்டது. இதில் சமயம் மற்றும் தத்துவம்சார் இலக்கியங்கள் உரைநடைப் பாங்கில் தோன்றலாயின. இக்காலக்கட்டத்திற்குப் பிறகு, வேதகால ஆரிய நாகரிகம் இந்துஸ்தானம் முழுமைக்கும் பரவியது. சிந்துநதியின் கழிமுகத்தில் இருந்து கங்கைவரை நீண்டும், வடக்கில் இமயமலை மற்றும் தெற்கில் விந்திய மலைத் தொடர் அரணாகவும் அமைந்தன. இரண்டாம் பிரிவு சம்ஸ்கிருதக் காலம் என வழங்கப்படுகிறது. வேதகாலத்தின் பிற்பகுதியில் வளரத் தொடங்கி, கி.பி. 1000இல் முகமதியர்கள் படையெடுத்து வந்ததுவரை, நீடித்து விளங்கியது. இச்சமயம் சம்ஸ்கிருத மொழியின் பயன்பாடு தொடர்ச்சியாக அதிகரித்தது. குறிப்பாக உரைநூல்கள் சம்ஸ்கிருதத்தில் எழுதப்பட்டன. இரண்டாம் காலக்கட்டத்தில்தான் பிராமணக் கலாச்சாரம், இக்கண்டத்தின் தெற்குப் பகுதிக்கு அறிமுகமானது. தெக்காண் அல்லது "தெற்கு" எனச் சொல்லப்படும் பகுதி முழுமையும் பரவியது. இக்காலம் அன்று தொடங்கி இன்றுவரை நீடிப்பதாகக் கருதலாம்."

தமிழ்நாட்டில் அகஸ்தியர்

இனி, கிறிஸ்து பிறப்புக்கு இரண்டு நூற்றாண்டுகள் கழித்து எழுந்த பிற்காலக் கிரேக்க ஆக்கங்களிலும் தமிழ்ச் செவ்விலக்கிய நூல்களிலும் குறிப்பு உள்ளதா எனப் பார்ப்போம். நாம் இப்போது மேற் சொன்ன நூல்களில், அகஸ்திய முனிவர் பற்றி ஒற்றை வரி குறிப்புக்கூட இல்லை. தாலமி பெட்டிகோ[8] (பொதிகை) பற்றி குறிப்பிடுகிறார். அது பொதியில் மலை எனத் தெரிகிறது. ஆனால் அங்கு வாழும் துறவி பற்றி அவர் எவ்வித மறைமுகக் குறிப்பும் எழுதினாரில்லை. தாலமியின் மௌனம் இங்குக் குறிப்பிடத்தக்கது. தமிழ்ச் செவ்விலக்கியங்கள் காட்டும் ஒட்டுமொத்த மௌனத்தோடு நாம் இதைப் பொருத்திப்பார்க்கலாம்.

கி.பி. ஆறு அல்லது ஏழாம் நூற்றாண்டைச் சார்ந்த பரிபாடல்[9] தவிர்த்து, வேறெந்தச் சங்க இலக்கிய நூல்களிலும் – பிற்கால உரையாசிரியர்கள் வலிந்து எழுதிய புராண ஒப்பனைகளைத் தவிர்த்து – மறைமுகமாகவோ நேரடியாகவோ

---

8 பார்க்க, பின்னிணைப்பு - 1

9 இந்நூலின் நடை மற்றும் கருத்தோட்டத்தை மனத்தில் வைத்து, விமர்சகர்களால் இதன் தொன்மை கேள்விக்குள்ளாக்கப்படும் என்று நம்புகிறேன். உண்மையான பரிபாடல் இலக்கியம் மறைந்துபோய் விட்டதால், சங்க நூல் தொகுப்புகளைச் சேகரிக்கும்போது பிற்காலத்தில் எழுந்த இப்பாடல்களை அதற்கு மாற்றாகச் சேர்த்துவிட்டனர் எனும் கருத்தைத் தமிழ் அறிஞர்கள் ஒருமனதாக ஏற்கின்றனர். திரு. ஆர்.எஸ். நாராயணசாமி ஐயர், பி.ஏ.பி.எல். என்பார் சில வானசாஸ்த்திர கணக்குகள் மூலம் இப்பாடலின் காலம் தோராயமாக, கி.பி. 372 என்று நிறுவுகிறார். பார்க்க: செந்தமிழ் தொகுதி 19, ப. 384.

அகஸ்தியர் என்றொரு மனிதர் இருந்ததாகவோ, அவரின் படைப்புகள் பற்றியோ எங்கும் பதிவு இல்லை. பத்துப்பாட்டை இயற்றிய யாதொரு புலவரும், அகஸ்தியர் என்றொரு முனிவர் வந்ததாகவோ, தமிழ்ச் சமூகத்திற்கு அவர் நாகரிகம் பயிற்றுவித்ததாகவோ குறிப்புப் பகிரவில்லை. மேலும் பொதியில் மலையில் அகஸ்தியர் இருப்பிடம் அமைந்திருந்ததாக எங்குமே செய்தி இடம்பெறவில்லை. **திருமுருகாற்றுப்படை, மதுரைக்காஞ்சி** முதலான நூல்களில் பொதியில் மலை எனும் பெயர் குறிப்பிடப்படுவது உண்மைதான். ஆனால் அது பொது கூடுகைக்கு உண்டான இடமாகவே அங்குக் கருதப்படுகிறது.

அதுபோலவே முன்பு குறிப்பிட்ட காரணங்களால் பரிபாடலை ஒதுக்கிவிட்டுப் பார்த்தால், எட்டுத்தொகை நூல் தொகுப்பில் ஒன்றிலும் அகஸ்தியர் பற்றிய குறிப்பில்லை. **புறநானூற்றுப்** பாடல்களிலும் (பார்க்க: பாடல் எண் 2 மற்றும் 128) **நற்றிணைப்** பாடல் வரியிலும் (பார்க்க: பாடல் எண் 379) பொதியில் மலை என்ற பெயர் குறிப்பிடப்பட்டாலும், அதில் அகஸ்தியர் என்ற பெயர் இடம்பெறவில்லை. மாறாக, பொதிய மலையினைப் பாண்டிய மன்னர்களோடு தொடர்புடையதாக இப்பிரதிகள் குறிக்கின்றன. நச்சினார்க்கினியர் எனும் பிற்கால உரையாசிரியர், **மதுரைக் காஞ்சியில்** இடம்பெறும் வெளிப்படையான சில வரிகளை மெய்ப்பொருளில் இருந்து எங்ஙனம் திரித்து உரை எழுதுகிறார் என்பதையும் இங்கு உற்றுநோக்கவேண்டும். அதன்மூலம் அகஸ்திய மரபை வெகுசன வழக்கில் கொண்டுவர பிரயத்தனப்படுவது வெளிப்படையாகப் புலனாகும். அவ்வரிகள் பின்வருமாறு:

"தென்னவற் பெயரிய துன்னருந் துப்பிற்
றொன்முது கடவுட் பின்னர் மேய
வரைத்தா ழருவிப் பொருப்பிற் பொருந."

– **மதுரைக்காஞ்சி**

இதன் பொருளாவது: "போரினை விரும்பும் வேந்தனே, தென்னவன் (மேன்மை கருதி) என்னும் பெயரையும், தொல் முதுகடவுளுக்குப் பின்னவனாய் உறையும், மலைச்சாரலில்

வீழ்கின்ற அருவிகளுடைய மலைக்குத் தலைவனே! நெருங்குவதற்கு அரிய வலிமைகொண்ட வேந்தனாய் இருப்பினும், தொன்மையான முதுகடவுளுக்கு (சிவன்) வீரத்தால் இரண்டாம் நிலையில் உள்ளவனே."

'தென்னவற் பெயரிய' எனும் பெயரடைச் சொற்றொடர் 'தொன்முதுகடவுள்' எனும் வார்த்தைக்கு விளக்கமளிப்பதாய் உள்ளது. தென்னகக் கடவுளாகக் கருதப்பட்ட பெரும் பலம்கொண்ட 'காலனை' வதம் செய்தளித்த 'சிவபெருமானை' இவ்விடம் குறிக்கிறது. 'முதுகடவுள்' எனும் பதம், இங்கு மிக வெளிப்படையாகச் சிவனின் இளைய குமாரர், முருகன் அல்லது குமரனிடமிருந்து அவரை வேறுபடுத்திக் காட்டும் நோக்கில் நுட்பமாக எடுத்தாளப்பட்டுள்ளது. ஆனால் நச்சினார்க்கினியர், 'முதுகடவுள்' எனும் பதத்தினை அகஸ்தியர் என்றும், 'தென்னவன்' எனும் பதத்தினை இராவணன் என்றும் மேற்கண்ட வரிகளில் பொருத்திப் பொருள் கொடுக்கிறார். இதன்வழி அகஸ்தியர் இராவணனை இசைப்போட்டி ஒன்றில் தோற்கடித்து, மூட்டை முடிச்சுகளோடு தமிழ் நிலத்தைவிட்டு வெளியேற்றிய தொன்மக் கதையோடு முடிச்சிட்டுக் காண்பிக்கிறார்.

இப்புராணக் கதையின் நம்பமுடியாத அம்சங்கள் ஒருபுறம் இருக்கட்டும், இவ்விடத்து நச்சினார்க்கினியரின் உரைத் திறனே வலிந்துகட்டிக்கொண்டு கற்பனை மையிட்டு எழுதுவதாக இருக்கிறது. நன்கு பரிட்சயமான இரண்டு வார்த்தைகளின் வெளிப்படையான பொருளை மாற்றி, அகஸ்தியர் – இராவணன் என்று முன்னதாகவே இட்டுக் கட்டிவைத்த கதையோடு பொருந்திப்போகும் விதத்தில் நூலின் நுவல்பொருளை மாற்றியுள்ளார் உரையாசிரியர். நச்சரின் உரைத்திறனை மெச்சும் சிலர் உண்டு. ஆனால் மூல நூலை வாசிக்கும் ஆய்வறிஞர்கள், இட்டுக்கட்டியுள்ள கதைகளைக் களைந்து உண்மைப் பொருளைக் கண்டடைவர் என்பதில் ஆச்சரியமில்லை.

பரிபாடலின் 11ஆவது பாடலில் இடம்பெறும் **'பொதியில் முனிவன் புரைவரைக் கீறி'** என்ற ஒற்றை வரிதான் தமிழ்ச்

செவ்விலக்கியத்தில் அகஸ்தியர் பற்றிக் குறிப்புக் காணும் ஒரே இடம். இங்கு அகஸ்திய விண்மீன் பற்றி காணப்படும் குறிப்பே, இதன் தோற்றம் பிற்காலத்தது என நிறுவுவதற்குப் போதிய சான்று வழங்குகிறது. சங்க இலக்கிய நூல்களைத் தொகுத்தவர் காலக்கணிப்புக் குறித்த புரிதலின்மையால் இழைத்த தவறே இவ்வொற்றைச் சான்றாதாரத்திற்கும் காரணம். இது தவிர்த்து வேறு எந்தச் செவ்விலக்கிய நூலிலும் அகஸ்தியர் பற்றியோ, அவர் இயற்றிய நூல்கள் பற்றியோ பதிவு இல்லை.

இங்ஙனம் சான்றாதாரம் இல்லாததால் அகஸ்தியர் என்ற மனிதரே இல்லை என நிறுவ முடியாது எனச் சிலர் சொல்வார்களானால், இவ்விஷயத்தில் இலக்கிய மௌனத்திற்கு குறிப்பிடத்தகுந்த முக்கியத்துவம் இருக்கிறது என்று பதில் சொல்ல விரும்புகிறேன். இதை நாம் மறுக்க முடியாது. அகஸ்தியர் பற்றி வேறெங்குக் குறிப்பிடப்படுகிறது என ஆராயப்புகுந்தால், சந்தேகத்திற்கு இடமின்றி அவை பொதியில் மலை பற்றி விவரிப்பில்தான் கிடைக்கின்றன. பொதியில் மலை அவர் வசிப்பிடமாகக் கருதப்படுகிறது.

சாகாவரம் பெற்ற அகஸ்திய முனிவர், இன்றும்கூட மேற்குத் தொடர்ச்சி மலையின் தென்கோடி சிகரத்தில் வாழ்ந்து வருவதாக ஒரு நம்பிக்கை உள்ளது. ஆகவே பொதியில் மலை அல்லது மேற்கு மலைத்தொடர் குறித்து விவரிக்கும் புலவர் ஒருவர், அங்கு வாழும் அகஸ்திய முனிவரின் இருப்புக் குறித்து ஓரிடத்திலாவது பதிவு செய்யவேண்டும் என்று இயற்கையாகவே உந்தப்பட்டனர். ஆனால் அவ்வாறு பாடாமல் போன புலவர்களின் எண்ணிக்கை ஒன்று, இரண்டு அல்ல. பல உண்டு. ஆகவே இப்புலவர்களின் கூட்டு மௌனம், அர்த்தப்பாட்டோடு துலங்குகிறது; கவனத்தை ஈர்க்கிறது. அகஸ்தியர் பற்றிய சுய-பிரக்ஞை இன்றி, அவரின் இயங்குதல் குறித்துப் புரிதலின்றி, ஒவ்வொருவரும் தமக்கேற்றாற் போல் கவிதை புனைந்தனர்.

இம்மௌனத்தின் பின்னாலிருக்கும் அர்த்தமூட்டக்கூடிய

விளக்கம் என்னவெனில், இன்றிருக்கும் அகஸ்தியப் பண்பாட்டுக் குறிப்பில் ஒற்றைத் துண்டுக் காகிதம் கூட அன்று இல்லை. பிற்காலத்தில் உருவான இத்தொன்மத்தை, பண்டைய இலக்கியங்களில் கண்டடைய முற்படும் இம்முயற்சி சிறிதும் பலனளிக்க வழியில்லை. இயேசு பிறந்து அடுத்த சில நூற்றாண்டுகள்வரை, அகஸ்தியர் தொன்மம் இங்குக் காலூன்றவில்லை. ஏணிச்சேரி முடமோசியார் எழுதிய புறநானூற்றுப் பாடலின் (பா.எண். 128) கீழ்க்காணும் வரிகள், பொதியில் மலைக்கு இன்னும் அகஸ்தியரால் புனிதத்தன்மை உருவாகாத காலத்தைச் சிறைப்பிடித்துக் காட்டுகிறது.

> "கழல்தொடி ஆஅய் மழைதவழ் பொதியில்
> ஆடுமகள் குறுகின் அல்லது,
> பீடுகெழு மன்னர் குறுகலோ அரிதே."

அகஸ்தியர் மரபும் - பின் செவ்விலக்கியக் காலத்[10] தோற்றமும்

தொன்மங்கள் ஆதிகாலத்தில் தோற்றம் பெறுவன என்றால், தமிழ்நாட்டில் மட்டும் ஏன் அகஸ்தியர் மரபு மிகவும் தாமதமாகத் தோற்றம் பெற்றது எனக் கேள்வி எழுவது இயற்கைதான். இம்முறையான கேள்விக்குத் திருப்திகரமான பதிலளிக்க, திராவிடர் மற்றும் ஆரியர்களின் ஒட்டுமொத்த இனப் பண்புகள் குறித்து மேலோட்டமாகத் தெரிந்துகொள்வது அத்தியாவசியம். ஆரியர்கள் பெரும்பாலும் சிந்திக்கும் இடத்தில் இருக்கிறார்கள்; திராவிடர்கள் செயலில் இறங்கி வினையாற்றும் இடத்தில் இருக்கிறார்கள் எனச் சொன்னால் தவறாகாது என்று கருதுகிறேன். இதனால் ஆரியர்களில் செயல்வீரர்கள் குறைவு என்றும், திராவிடர்களில் சிந்தனைத் தலைவர்கள் இல்லை என்றும் பொருள் அல்ல. மேற்சொன்ன தனித்திறன்கூறுள்ள நபர்கள் இருசாரார்களிடையிலும் அதிகம் எனலாம். இரு இனத்தாரின் ஒட்டுமொத்த பலம் - சிந்தனைத்தளம், செயல்தளம் என இரு வெவ்வேறு புலங்களில் உள்ளது. சிந்தனையும் ஆற்றலும் செயற்திட்டமும் ஒரே மனிதரிடம் இருந்தாலும், இங்குள்ள வாழ்க்கை வரலாற்று நூல்கள் அனைத்தும், இரண்டும் கைத்தேர்ந்த ஒருவர் அரிது

10 இங்குச் 'செவ்விலக்கியக் காலம்' எனக் குறிக்கப்படுவது, சங்க இலக்கிய நூல்கள் எழுந்த காலம் எனத் தோராயமாக நம்பப்படும் காலவெளி ஆகும். கிறிஸ்து பிறப்புக்கு முந்தைய சில நூற்றாண்டுகள் எனக் கொள்ளலாம்.

எனச் சொல்கிறது. நூறு பேரில் ஒருவர் இரண்டு திறன்களும் கைவரப்பெற்றவர் என்றால், மற்றுள்ள தொன்னூற்றி ஒன்பது பேரும் சிந்தனை அல்லது செயல் என்று ஏதேனும் ஒரு திறனில் மட்டுமே சிறப்புப் பெற்றிருப்பர். இத்தனிப்பட்ட குணாதிசயம் இனம் முழுமைக்கும் விரவியிருக்கிறது.

பழைமையான சான்றுகளிலிருந்தும் வெற்றிகரமான நவீன வாழ்க்கைமுறையில் இருந்தும் திராவிடர்களின் பண்டைய வரலாற்றைப் பார்க்கும்போது, தொடக்கத்திலிருந்தே இவ்வினத்தினர் பல்துறை சார்ந்த செயல்திறன் அறிவு பெற்றுள்ளமை புலனாகிறது. எந்தத் துறையிலும் அருவமான வெற்றுக் கோட்பாடுகளை முன்வைத்தார்கள் இல்லை; பகற்கனவு கண்டு ஆகாயக் கோட்டை கட்டுபவர்களாக ஒருபோதும் இருந்ததில்லை. எதிலும் நடைமுறை அறிவுகொண்டு வேளாண்மை, வணிகம், போர், அரசியல் போன்ற உலகின் எதார்த்த நிகழ்வுகளில் எளிதில் வெற்றிபெற்றனர். ஆகவே அவற்றை அமைதியான சூழலில் உட்கார்ந்து ஆழச் சிந்தித்து, தர்க்கப் பூர்வமாகச் சந்தேகித்து உரையாடல் மேற்கொள்ள இடமில்லாமல் போனது. கலாச்சாரத்தின் உச்சத்தை வெளிப்படுத்தும் போக்கு இல்லை என்றாலும், இவர்கள் உருவாக்கிய நாகரிகம்[11] பெரும்பலம் கொண்டு நீடிக்கும் ஆற்றல் வாய்ந்தது.

இதற்கிடையே வடக்கிலிருந்து வந்த ஆரியர்கள், திராவிடர்களிடமிருந்து வேறுபட்டு நின்றனர். வரலாற்றின் தொடக்கத்திலிருந்து அமைதியற்றுக்கிடந்த இவர்கள், உடல் உழைப்பற்ற அனுமான நோக்கிலான சிந்தனைப்போக்கிற்குத் தள்ளப்பட்டதில் ஆச்சரியமில்லை. ஆரியர்கள், உபநிடதக் காலத்தில் திடீரென இத்திறனை வளர்த்துக் கொண்டார்கள் எனச் சொல்வது தவறாகிவிடும். ரிக் வேத மந்திரங்கள், எண்ணற்ற இறையுருவங்களையும் இயற்கைச் சக்திகளையும் நோக்கி அன்றாடத் தேவைகளை இறைஞ்சி வேண்டுவதற்கான வழிபாடாக இருந்தாலும் அதில் சிந்தனையைத் தூண்டும் தத்துவார்த்தக் கறை படிந்திருப்பதைப் படிக்கும் கணத்தில் உணரலாம்.

---

11 காண்க, பின்னிணைப்பு 2

மந்திரங்களை மனனம் செய்ய கடினமாக உழைத்து, பிந்தைய தலைமுறைக்கு அவற்றைப் பாதுகாத்துக் கொண்டுசேர்த்து, சடங்கு முறைக்கும் புனித நூல்களுக்கும் உள்ளபடியே ஆட்பட்டு ஒவ்வொரு நாளும் உயிர்ப்பிழைத்திருத்தல் நோக்கி வாழ்வதொன்றும் உண்மையான நடைமுறைசார் அறிவு அல்ல. இப்படி வாழ்பவர்களைச் செயல்முறையான மனிதர் என்று குறிப்பிட்டால், அவ்வழக்கம் முற்றிலும் புதுமையானது. தேசங்களின் நாகரிக வரலாற்றில் யாரும் பார்த்திராத புதுமை.[12]

அருவமான சிந்தனைகளுக்கும் கோட்பாடுகளுக்கும் பழகிப்போன ஆரியர்கள், தெற்கு நோக்கிக் குடிபெயர்கையில் தங்கள் எண்ணத்திற்கும் வாழ்வுக்கும் பெரிதும் வேறுபட்ட நாகரிகம் ஒன்றை எதிர்கொண்டார்கள். இங்கு அவர்களுக்கு இரண்டு சாத்தியங்கள் இருந்தன. ஒன்று, செயல்திறன் வாய்ந்த திராவிடர்களைத் தம் நாகரிகப் பழக்கங்களுக்கு ஏற்றாற்போல மாற்றியமைப்பது. அல்லது திராவிடர்களின் பழக்கத்திற்குத் தாம் பழகிப்போவது. ஆனால் இது எப்படிச் சாத்தியமாகும்?

திராவிடர்களை அவரின் சொந்த நிலத்தில், உச்சாணிக் கொம்பில் கொடிக்கட்டிப் பறக்கும் கலைப்புலம் மற்றும் போர்நெறித் துறைகளில் வெற்றி பெறுவது எளிய காரியமல்ல என்று தெரியும். எனவே பயனளிக்கவல்ல மற்றொரு மாற்று வழியைச் சிந்தித்தனர். திராவிடர்கள் பல துறையில் சாதனை புரிந்தாலும், கருத்து அனுமானிப்பதிலும் ஹேஷ்யத்திலும் கைத்தேர்ந்தவர்களாக இல்லை.

---

12 "The Evolution of the Aryans" (p.62) எனும் புத்தகத்தில், ஜெரிங் என்பார் ஆரியர் குறித்து எழுதும் ஆச்சரியமூட்டும் பதிவு இது.

"இது அம்மக்களின் பண்புநலனையும் பிரதிபலிக்கிறது. சிறிதும் நடைமுறைசார் அறிவு அற்ற மனிதர்களாக உள்ளனர் - ரோமர்களுக்கு நேர் எதிர் பாங்கிலானவர்கள். புத்திக்கூர்மையான அறிவாண்மை வாய்க்கப் பெற்ற ஆரியர்கள், தங்கள் விருப்பத்தையும் எண்ணத்தையும் அகவயமாகத் திருப்பிக் கொண்டனர். பேச்சு, சமயம், கவிதை என நீண்டு தத்துவம்வரை சென்றனர். ஆனால் இவற்றைப் பயன்படுத்தி, தன் புறவயமான பிம்பத்தை மாற்றியமைக்க வேண்டும் என்ற எண்ணம் இவர்களுக்கு எழவில்லை."

திராவிடர்களின் அத்தளர்ந்த பகுதியை, ஆரியர்கள் நுணுக்கமாக விடாப்பிடியுடன் பிடித்துக்கொண்டார்கள். நடைமுறை உலகில் ஒரு மனிதன் எந்தத் துறையில் வெற்றி பெற்றவனாக இருந்தாலும், அறிவுக்கும் கோட்பாட்டிற்கும் – குறைந்தபட்சம், அதன் பெயர் அரியாசனம் ஏறும் எதுவொன்றுக்கும் – தன் தலையைத் தாழ்த்தவேண்டிய சூழல் உருவாகும். தர்க்கங்களும் கோட்பாடுகளும் ஒரு செயல்பாட்டை நியாயப்படுத்துகின்றன; தமக்கேற்றாற்போல் வளைத்துக் காட்டுகின்றன; தன் பார்வையில் ஒளியேற்றுகின்றன.

'உலகம் தத்துவத்தால் ஆளப்படுகிறது' எனும் முதுமொழி, திராவிடர் – ஆரியர் விஷயத்தில் உண்மைதான் என நிரூபணம் ஆகிறது. இவ்விரு இனங்களின் பங்களிப்புதான், தென்னிந்திய மக்களிடையே ஆரோக்கியமான இரட்டை அடிப்படைப் பண்புநலன்களின் சேர்க்கையைச் சாத்தியப்படுத்தியுள்ளது.

திராவிடர்களின் பண்டைய வரலாற்றில், அனைத்துத் தொன்மங்களுக்கும் கடைக்கால் அமைக்கும் தொன்ம – உருவாக்கக் கூறுகள் குறைந்து காணப்படுவதற்கான காரணங்கள் இப்போது மெல்ல துலக்கம் பெறுகின்றன. ஆரியர் வருகைக்கு முந்தைய தென்னிந்தியா என்பது, ஒப்பீட்டளவில் தொன்மக் கதைகளின் ஆட்படுதலில் இருந்து விலகிதான் நின்றது. அவர்களின் வருகையொட்டியே, பௌத்தம் மற்றும் சமண சமயத்தில் எண்ணற்ற தொன்ம வழக்காறுகள் இந்நிலத்தில் தோற்றம் பெறத் தொடங்கின. சமய நிறுவனங்கள் இந்து, சமணம், பௌத்தம் என்று பிரி வினைக்கு உட்பட்டும் சமய விவாதங்களுக்கு ஆட்பட்டும் தொன்மங்களை உருவாக்கின. இந்து மதத்தில் சைவம், வைணவம், லிங்காயத்து என்று உட்பிரிவுகள் உருவாகி, தொன்ம – உருவாக்கத்திற்கு மேலும் ஒத்துழைப்பு நல்கின. பல நூறு ஆண்டுகளாகச் சேமித்து வைத்த துளிகள், பெரு வெள்ளமாக இன்று உருக்கொண்டு புராணக் காலம் பற்றிய இட்டுக்கட்டிய பிம்பங்களால் இந்நிலத்தின் வரலாற்றை விழுங்கிவிட்டன. அது நம் காலத்தில் அழிக்க முடியாத வடுவாக தங்கிவிட்டது.

அகஸ்தியர் மரபும் - பிற்காலச் சமண சமயத்தின் தோற்றமும்

பௌத்த சமயத்தைச் சார்ந்த அவலோகிதேஸ்வரர் எனும் போதிசத்துவர் 'பொடலகா' அல்லது பொதியில் மலை எனும் இடத்தில் வசிப்பதாக ஒரு பண்பாட்டு மரபு இருப்பதை, மறைந்த திரு. வெங்கையா என்பார்தான் ஆய்வுலகிற்கு அறிமுகப்படுத்தியிருக்க வேண்டும் என்று நினைக்கிறேன். உண்மையில் அம்மரபு அகஸ்தியரைப் பின்னுக்குத் தள்ளி, அவலோகிதேஸ்வரரிடம் கல்வி பெற்றவராக அவரைச் சித்திரிக்கிறது. தமிழ் இலக்கண நூலான வீரசோழியத்தின் பாயிரப் பகுதியில் இச்செய்தி இடம்பெறுகிறது.

"ஆயுங் குணத்தவ லோகிதன் பக்க லகத்தியன்கேட்
டேயும் புவனிக் கியம்பிய தண்டமி ழீங்குரைக்க
நீயு முளையோ வெனிற்கரு டன்சென்ற நீள்விசும்பி
லீயும் பறக்கு மிதற்கென் கொலோசொல்லு மேந்திழையே."

பொதியில் மலையில் முதலில் வந்து குடிபுகுந்தவர் யார்; தமிழ் மொழியின் முதல் இலக்கண நூலை எழுதியவர் யார் என்று முதன்மையை நிலைநிறுத்துவதில் தொடர்ச்சியாகச் சிக்கல் வலுக்கிறதைப் பார்த்தால், கிறிஸ்தவ ஆண்டின் பிந்தைய சில நூற்றாண்டுகளில் தமிழ்நாட்டில் மாபெரும் சமயப் பூசல் வலுத்திருப்பது தெரிகிறது. பண்டைய தமிழ் இலக்கியங்களின் வாயிலாக, தமிழக நிலப்பரப்பிற்குள் முதலில் கால் பதித்த சமய மரபினர் யார் எனச் சொல்லுவது கடினம்.

எனினும் இந்து ஆரியர்கள் இந்நிலப்பரப்பை அடைவதற்கு முன்பாகவே – தோராயமாகக் கிறிஸ்தவ ஆண்டுக்கு இரு நூற்றாண்டுகள் முன்னரே – பௌத்தர்களும் சமணர்களும் இங்குக் குடியேறிவிட்டனர் எனச் சொல்லலாம்.[13]

பழந்தமிழ் இலக்கியத்தில் பழைமைப்பாங்கான மற்றும் சமயமுரண் கொண்ட சில பிராமணர்கள், தனிமையில் வாழ்ந்துகொண்டு புதிய கலாச்சாரத்துடன் ஒட்டுதல் ஏற்படுத்த முயலும் சித்திரம் கிடைக்கிறது. ஆவூர் மூலங்கிழார் என்பார் 166ஆவது புறநூனூற்றுப் பாடலில், பூஞ்சாற்றூர்ப் பார்ப்பான் கௌணியன் விண்ணந்தாயன் என்பவன் பிற சமயப் பிரிவினர்களின் போலியான தாக்கத்திற்கு ஆட்படாமல் 21 வேள்விகளை வெற்றிகரமாக நடத்திமுடித்தான் என்று பாராட்டும்படி எழுதியிருக்கிறார். பௌத்த மற்றும் சமணச் சிரமணர்களை மனத்தில் வைத்தே, 'பிற சமயப் பிரிவினர்கள்' என்று பாடலாசிரியர் எழுதியிருப்பது வெளிப்படையாகத் தெரிகிறது. ஆனால் உரையாசிரியர் அவ்விடத்தை மேலோட்டமாகக் கடந்துவிட்டார்.

அப்பாடல் வரிகள் பின்வருமாறு:

"மூவேழ் துறையு முட்டின்று போகிய
இகல்கண்டோர் மிகல்சாய்மார்
மெய்யன்ன பொய்யுணர்ந்து

---

13 சமணப் பண்பாட்டிலும் சரவணபெலகுளா கல்வெட்டு ஆவணங்களிலும் இக்கருதுகோளுக்குத் துணை சேர்க்கும் சான்றாதாரங்கள் உள்ளன. மைசூர் அரசாங்கம் Epigraphica Carnatika எனும் பெயரில் வெளியிட்ட நூலின் இரண்டாவது தொகுதியில், அக்குறிப்புகள் உள்ளன. கி.பி. 69ஆம் ஆண்டில், பௌத்த சமயத்தால் சீன நாட்டிற்குப் பரவ முடிகிறது என்றால், சீர்திருத்த மனோபாவம் கொண்ட சுறுசுறுப்புமிக்க துறவிகள் தென்னிந்தியத் தீபகற்பப் பகுதிக்கும் வந்துசேர்ந்திருக்க வாய்ப்பிருக்கிறது. மைசூர் கல்வெட்டுகளிலிருந்து படிப்பிக்கப்பட்ட செய்திகள், சமணப் பண்பாட்டை மெய்ப்பிக்க உதவுகின்றன. அதாவது வட இந்தியாவில் நிலவிய 12 ஆண்டுக்கால நீண்ட பஞ்சத்தினால், புகழ்பெற்ற சமண முனி சுருதகேவலி பத்திரபாகுவும், அவரின் சீடர் மௌரியப் பேரரசன் சந்திரகுப்தனும் தென்னிந்தியா நோக்கிச் சமணத் துறவிகளின் பெரும்படையொன்றை வழிநடத்தி அழைத்து வந்தனர். அவர்கள் சரவணபெலகுளாவிலிருந்து வைசாக முனிவர் என்பாரின் தலைமையில் பாண்டி நாட்டிற்கும் சோழ நாட்டிற்கும் ஒரு குழுவை அனுப்பி வைத்ததாகத் தெரிகிறது.

பொய்யோராது மெய்கொளீஇ
உரைசால் சிறப்பி னுரவோர் மருக."

இதன் அடிப்படையில் பார்த்தால், சமணர்களும் பௌத்தர்களும் தமிழ் நிலப்பரப்பிற்கு வருவதற்கு முன்பே இந்து ஆரியர்கள் இங்கு வந்தடைந்தார்கள் எனச் சொல்ல செவ்வியல் கால தமிழ் இலக்கியத்தில் போதுமான சான்றுகள் இல்லை. அக்காலச் சூழல் கொண்டு ஆராய்ந்தால், ஆரியர்கள் குடியேறியாகவோ, விருந்தினராகவோ தென்னகத்திற்கு வரவில்லை; தன் சமயத்தையும் அதன் நம்பிக்கையையும் பரப்பும் முயற்சியே முதன்மைக் காரணியாக இருந்திருக்கவேண்டும். சமணர்களும் பௌத்தர்களும் சமயப் பிரச்சாரத்தில் தொடர்ச்சியாக ஈடுபட்டதுபோல், பிராமணர்கள் சமய மாற்றத்தில் பெரிதாகக் கவனம் செலுத்தவில்லை. இதன் காரணமாக, மரபார்ந்த ஆரியக் குடியேற்றத்திற்கு அப்பால் உள்ள தொலைதூர தென்னிந்தியப் பகுதியைத் தேர்ந்தெடுத்து அவ்விரு சமய மரபினர்களும் பிராமணர்களுக்கு முன்பாகவே இங்கு வந்து, தம் சமய நெறிகளைப் பரவலாக்கம் செய்திருக்க வேண்டும்.

முதலில் குடிபெயர்ந்து வந்த ஆரியக் கூட்டம் எதுவாக வேண்டுமானாலும் இருக்கலாம். ஆனால் அவர்களைப் பின்தொடர்ந்து, மாற்றுச் சமயத்தினர் வெகு சீக்கிரமே தென்னிந்தியாவிற்குள் நுழைந்தனர். அவர்களின் எண்ணிக்கை மிகவும் கணிசமான அளவே இருந்தது.[14] ஆகையால் பெரும் அளவில் சமயச் சண்டை நடைபெறுவதற்கான சூழல் இங்கு இல்லாமல் போனது. மேலும் தமிழகத்தின் அப்போதைய அரசியல், சமூகச் சூழல் சமயப் பிரச்சாரத்தை ஆதரிக்கும் நிலையில் இல்லை. கிறிஸ்தவ ஆண்டு தொடங்குவதற்குச் சுமார் ஒரு நூற்றாண்டுக்கு முன்பே, தமிழ் மூவேந்தர் அல்லது மும்முடி அரசர் என்று அழைக்கப்படும் சேர, சோழ மற்றும் பாண்டிய மன்னர்கள் அதிகாரப் பரப்பை விரிவுசெய்யும்

---

14 "அக்காலத்தில் வாழ்ந்த தென்னிந்தியப் பிராமணர்கள், எண்ணிலடங்கா தனிச் சமூகங்களாக நாட்டின் பல்வேறு மூலைகளில் சிதறிக் கிடந்தனர். ஒவ்வொரு சமூகமும் ஒன்றிலிருந்து பிரிந்து தற்சார்புடன் இயங்கின."

- தாலமியின் Geography of India and Southern Asia
(மொ.ஆ.- மெக்கிரண்டல், ப.5)

பணியில் இறங்கினார்கள். சிற்றினக்குழுத் தலைவர்களை மொத்தமாக ஒழித்து, அவர்களின் ஆட்சிப்பரப்பைத் தம் அதிகாரத்திற்கு உட்படுத்தி விரிவுசெய்தனர்.

அன்றைய தமிழகமானது வயது முதிர்ந்தவர்களின் அவையமாகவோ, ஒற்றைத் தலைவரின் ஆளுகைக்கு உட்பட்டோ, குறுநில மன்னர்களின் ஆட்சியதிகாரத்தின்கீழோ கிராமச் சமூகங்கள் பலவற்றின் தொகுப்பாக விளங்கியது. பழங்குடியினச் சமூகங்களையும் மக்கட் சமூகங்களையும் **கோ, வேளிர்** என்றழைக்கப்பட்ட அரசர்கள் ஆட்சி புரிந்தனர். மூன்றிலிருந்து நான்கு நூற்றாண்டுகளுக்கு இடைப்பட்ட காலத்திற்குள் இக்குறுநில மன்னர்களும் அவர்களின் பேரரசும், நாடுபிடிக்கும் வேந்தர் படைக்கு இரையாகி, தொடர்ச்சியான சண்டையினால் இருந்த சுவடின்றி அழிந்து போயின. போர் நடவடிக்கைகளும் படையெடுப்புகளும் மலிந்த இக்காலவெளியில் திட்டமிடப்பட்ட சமயப் பிரச்சாரங்கள் நடைபெறுவதற்கான வாய்ப்பு மிகவும் குறைவு.

தமிழ் முடியரசர்கள் ஆட்சியை ஒருங்கிணைத்தனர்; சமூகத்தில் கொந்தளிப்பற்றச் சூழல் உருவானது. சமய நிறுவனங்களின் வளர்ச்சிக்கு இது மிகவும் ஏதுவான காலம். ஒரு காலத்தில் வட இந்தியாவிற்கே உரித்தான சமய பேதங்கள் தொலைதூரத் தெற்கிலும் தோற்றம்பெறத் தொடங்கின. பின்னர் இங்கிருந்து கீழைப் பெருங்கடல் வழியாக இந்தோனேசியத் தீவுகளுக்குப் பரவியது. இச்சமயப் போட்டியில் வெற்றி பெறுவதற்காகப் பழைமைப்பாங்கான சமய மரபினர்களும் அந்நியப் பிரிவினர்களும், கைக்குக் கிடைத்த அத்தனை ஆயுதங்களையும் பயன்படுத்தியிருக்க வேண்டும். இந்நிகழ்வு இயல்புதான். அரசியல் அதிகார வேட்டையைத் தாண்டி – தொடக்கத்திலிருந்தே இதற்குத்தான் இரு பிரிவினர்களும் முயன்றனர் – மக்கள் மனத்தைத் தன் வயப்படுத்தத் தொன்மக் கதைகள், அதிசயிக்கத்தக்க சம்பவங்கள், சாசகச் செயல்கள் என்று சமய நிறுவனச் சான்றோர்கள் போட்டிப் போட்டுக் கொண்டு கதை பின்னினார்கள். மக்களை ஈர்க்க இது ஒரு சக்திவாய்ந்த ஆயுதமாக விளங்கியது.

தமிழ் மக்களை இந்து மதக் கோட்பாடுகளுக்குள் கொண்டுவர பல்விதப் பிரயத்தனங்கள் மேற்கொள்ளப்பட்டன. அவற்றுள் அகஸ்தியர் தொன்மத்திற்கு முக்கிய இடம் உண்டு. நினைத்தவாறே அத்தொன்மம் சிறப்பாகச் செயல்பட்டு, பயனும் ஈட்டித் தந்திருக்கிறது. வடக்கின் முன்னேறிய இந்து ஆரியர்களுடன் தமிழர்களுக்குச் சமூக, சமய மற்றும் தெய்வீக உறவுமுறை இருக்கிறது என்ற கதைகள் திட்டமிட்டுப் பரப்பப்பட்டன. இதன்வழி சமணர்களும் பௌத்தர்களும் இந்துமதப் பண்பாட்டிற்குப் புறம்பானவர்கள் என்ற சித்திரத்தை உருவாக்கினர்.

தமிழ் அரசர்களும் ஆரிய நெறிகளால், தெய்வீக[15] அந்தஸ்து பெற்றனர். சூரிய, சந்திர வம்சத்தின் வாரிசாக; புராண, இதிகாசக் கதைகளில் வரும் அரச குடும்பங்களுடன் இணைத்துப் பேசும் புனிதத் தன்மை வாய்ந்த பரம்பரையாக, ஒரு தனித்துவச் சிறப்பந்தஸ்து வழங்கப்பட்டது. ஆனால், உண்மையிலேயே அவர்களுக்கும் இம்மன்னர்களுக்கும் எவ்விதத் தொடர்பும் இருக்காது. காலப்போக்கில் தமிழ் மன்னர்களின் பெயர் நீண்டது. அதிர்ஷ்டம் உண்டாக்கும் சம்ஸ்கிருதச் சிறப்புப் பெயர்கள்[16], விருதுப் பெயர்கள் முன்னொட்டாகச் சேர்க்கப்பட்டன. அரச குடும்பத்தில் பிராமணர்களின் செல்வாக்கு வளர்ந்த விதம், இவ்விடம் நன்கு புலனாகிறது. இட்டுக்கட்டப்பட்ட கதைகளாலும் தொன்மங்களாலும் அரசர்களின் அகங்காரமும் பெருமை உணர்வும் நன்கு தூண்டப்பட்டிருக்க வேண்டும்!

அரசர்களையும் மக்களையும் ஓரேயடியாக வென்றெடுக்க இதுபோன்ற முறைமைகள் பெருத்த பலனளித்தன.

---

15 "திருவுடைமன்னரைக் காணில் திருமாலைக் கண்டேனே யென்னும்" - திருவாய்மொழி, பதிகம் 34, பா.8

16 புறநானூற்றுக் காலத்தைச் சார்ந்த ஆறு பாண்டிய மன்னர்களின் பெயரை, கி.பி. எட்டாம் நூற்றாண்டைச் சார்ந்த வேள்விக்குடிச் செப்பேட்டிலிருந்து திரு. வி. வெங்கய்யா தொகுத்தளித்த பெயர்கள், மதராஸ் அருங்காட்சியகம் மற்றும் சின்னமனூர்ச் செப்பேடுகள் குறிப்பிடும் அரை டஜன் பெயர்களோடு இங்குப் புரிதலுக்காக ஒப்பீடு செய்து காட்டுகிறேன். சமூகத்தில் சமயத் தாக்கத்தை உண்டாக்க, அரசியல் அதிகாரம் எப்பேற்பட்ட கருவியாக இருந்திருக்கிறது என்பதற்கு இவை பொருத்தமான சான்றுகளாகும்.

மேற்கொண்டு, அடுத்த சில நூற்றாண்டுகளில் நாயன்மார்கள், ஆழ்வார்கள் போன்ற சமயத் தொண்டர்களின் எழுச்சியும் சமண, பௌத்த தாக்கத்தை தமிழ் நிலத்திலிருந்து எச்சமின்றி அழித்தொழிக்க வழிவகுத்தன. சமய நிறுவனங்களின் அதிகாரச் சண்டைக்குள் அகஸ்தியர் தொன்மத்தின் பங்களிப்பை முன்பே குறிப்பிட்டோம். எனினும், "அகஸ்தியர் தொன்மத்தின் தோற்ற மதிப்பைக் கருத்தில் கொண்டு, நாம் ஏன் அதைத் திராவிட இனத்தின் அதிகாரப்பூர்வ வழக்காறாக ஏற்கக் கூடாது?" எனும் கேள்வி எழுகிறது. இச்சாத்தியப்பாட்டை முழுமையாக மறுப்பதற்கு நம்மிடம் போதுமான சான்றுகள் இல்லை. எனினும் பண்டைய தமிழ் இலக்கியப் பரப்பில் காணப்படும் நெடும் மௌனவெளி, அகஸ்தியர் தொன்மம் மீதான இவ்வரலாற்றுக் கருதுகோளை ஒன்றும் இல்லாமல் ஆக்குகிறது.

புறநானூற்றுப் பாண்டியர்கள்	பிற்காலப் பாண்டியர்கள்
1. இலவந்திகைப் பள்ளித் துஞ்சிய நன்மாறன்	1. மாறவர்மன் அரிகேசரி அசமசமன்
2. கூட காரத்துத் துஞ்சிய மாறன் வழுதி	2. கோச்சடையன் ரணதீரன்
3. சித்திர மாடத்துத் துஞ்சிய நன்மாறன்	3. அரகேசரி பராங்குச மாறவர்மன் தேர்மாறன்
4. தலையாலங்கானத்துச் செருவென்ற நெடுஞ்செழியன்	4. ஜதிலா நெடுஞ்சடையன் பராந்தகன்
5. வெள்ளியம்பலத்துத் துஞ்சிய பெருவழுதி	5. சீமாற சீவல்லப ஏகவீர பரசக்கர கோலாகலன், பல்லவபஞ்சனன்
6. கானப்பேர் தந்த உக்கிரப் பெருவழுதி	6. ராஜசிம்ம மண்டனகுரவ அபிமானமேரு

அகஸ்தியர் மரபை ஏற்றுக்கொள்வதற்கான ஏதுநிலை

அகஸ்தியர் போன்ற ஒரு வெளிநாட்டு மரபை, மக்கள் உடனடியாக ஏற்றுக்கொள்ள காரணம், அது அவர்களின் இனப் பெருமை அல்லது தற்பெருமையை வலுவாகத் தூண்டிவிடும் கருவியாக இருந்தது எனச் சொல்லலாம். பண்டைய நாகரிகங்கள் எளிதில் இதற்கு ஆட்படும் பண்புடையனவாகத் திகழ்ந்தன. இன்றும்கூட அறிவார்ந்த மக்கட்கூட்டத்திடம் 'தான்' எனும் மேன்மைத் தங்கிய மனநிலை வெளிப்படுகிறது. ஆகவே அன்றைய காலத்திலும் இவ்வழக்கம் இருந்திருக்க வேண்டும் எனச் சொன்னால் தப்பாகாது.

தொடக்கத்தில் அகஸ்தியர் போன்றதொரு தெய்வீகத் தன்மை வாய்ந்த துறவி, தங்கள் மொழியைக் கட்டமைத்தார், உருவாக்கினார் என்று புனிதப் போர்வை போர்த்திச் சொன்னபோது அவர்கள் அதை மரியாதை செலுத்தி வரவேற்றார்கள். வட இந்தியாவில் வழங்கப்பெறும் தெய்வீகப் பண்புடைய சம்ஸ்கிருத மொழியோடு தமிழை ஒப்பிட்டுப் பேசுகையில், அகஸ்தியர் மேலெழுந்த நம்பிக்கை அவர்களுக்கு மேலும் வலுப்பெற்றது. சங்க காலத்திற்குப் பிந்தைய இலக்கியங்களில், வேத மொழிக்கு நிகராகத் தமிழை உயர்த்தும் மறைகுறிப்புகள் மலிந்து கிடப்பது கண்கூடு. இப்பெருமையைப் பறைசாற்றும் முதன்மையான சில பாடல் வரிகளை இங்குச் சான்றாதாரமாக இணைக்கிறேன்:

1. "முத்தமிழு நான்மறையு மானான் கண்டாய்"

2. "செந்தமிழோ டாரியனைச் சீரியனை"

- திருநாவுக்கரசர் தேவாரம்.

3. "மந்தி போற்றிரிந் தாரி யத்தொடு செந்த மிழ்ப்பயன் தெரிகிலா
அந்த கர்க்கெளி யேன லேன்றிரு வாலவா யரனிற்கவே"

- திருஞானசம்பந்தர் தேவாரம்.

4. "விடையு கைத்தவன் பாணினிக் கிலக்கண மேனாள்
வடமொ ழிக்குரைத் தாங்கியன் மலயமா முனிக்குத்
திடமு றுத்தியம் மொழிக்கெதி ராக்கிய தென்சொல்
மடம கட்கரங் கென்பது வழூதிநா டென்றோ."

- திருவிளையாடற்புராணம்.

5. "வடமொழியைப் பாணினிக்கு வகுத்தருளி யதற் கிணையாத்
தொடர்புடைய தென்மொழியை யுலகமெலாந் தொழு தேத்துங்
குடமுனிக்கு வலியுறுத்தார் கொல்லேற்றுப் பாகரெனின்
கடல்வரைப்பி னிதன்பெருமை யாவரே கணித்தறிவார்."

6. "இருமொழிக்குங் கண்ணுதலார் முதற்குரவ ரியல் வாய்ப்ப
இருமொழியும் வழிப்படுத்தார் முனிவேந்த ரிசைபரப்பும்
இருமொழியுந் தழீஇனா ரான்றவரே யென்றாலிவ்
விருமொழியு நிகரென்னு மிதற்கைய முளதேயோ."

- காஞ்சிபுராணம்.

7. "மறைமுதற் கிளந்த வாயான் மதிமுகிழ் முடித்த வேணி
யிறைவர்தம் பெயரை நாட்டி யிலக்கணஞ் செய்யப் பெற்றே
யறைகடல் வரைப்பிற் பாடை யனைத்தும்வென் றாரியத்தோ
டுறழ்தரு தமிழ்த்தெய் வத்தை யுண்ணினைந் தேத்தல் செய்வாம்."

- சீகாளத்திபுராணம்.

8. "தனிநடங் குயிற்றுஞ் சம்புநம் பெருமான்
றமருகப் பறைக்கண் அி உணு வென்
றமர்தரு சூத்திர மாதியீ ரேழ்பெறத்
திடமுற நன்கு தெரித்தமை போல
விந்தமும் வேலையு வீறுபோய்க் குன்றக்
கந்தமென கமலக் கரத்தினை விதிர்த்து
அருந்தவக் கொள்கை யகத்திய முனிக்குத்
திருந்திசை நுணுக்கச் செந்தமி ழியலினைச்
செப்பினேன்."

– தாண்டவராய சுவாமிகள்.

இம்மேற்கோள்கள் பெரும்பாலும் பிற்கால இலக்கியங்களிலிருந்து எடுத்தாளப்பட்டிருக்கின்றன. தமிழ் மக்கள் அகஸ்தியர் தொன்மத்தை எங்ஙனம் ஏற்றுக்கொண்டார்கள் என்பதற்கான நோக்கத்தை இவற்றின் மூலம் விளங்கலாம்.

தமிழ் நிலத்தில் குடியேறிய தொடக்கக்கால பிராமணர்களின் உயர்வான அறப்பண்பும் சமய ஆச்சாரங்களும் இங்குள்ள மக்கள், அகஸ்தியரை ஏற்றுக்கொண்டதற்கு மற்றொரு காரணியாக இருந்திருக்கலாம். மகாராஷ்ட்ரா, ஆந்திரா மற்றும் கர்நாடகப் பகுதிகளில் நிலையான குடியிருப்பை உறுதிசெய்த பின்புதான், ஆரியர்கள் தமிழ்நிலம் நோக்கி நகர்ந்திருக்க வேண்டும். கி.மு. 350இல் இருந்து, குறைந்தபட்சம் இரண்டிலிருந்து மூன்று நூற்றாண்டுகளுக்குள் இவ்வூடுருவல் மிக அமைதியான முறையில் நிகழ்ந்திருப்பதாகத் தெரிகிறது. எனவே கி.மு. ஒன்று அல்லது இரண்டுதான் தமிழகத்தில் ஆரியக் குடியேற்றம் தொடங்கிய காலம் என்று வரையறுக்க முடிகிறது. மேற்கொண்டு, பின்னர் வந்த இந்து ஆரியர்கள் தமிழகத்தின் அண்டைய நாடுகளில் இருந்து வந்ததாகச் சில குறிப்புகள் சான்றளிக்கின்றன. இதனைப் பிற்காலத்தில் எழுந்த இரண்டு தொன்மங்கள் உறுதிசெய்கின்றன.

மைசூர் மாவட்டத்தில் அமைந்துள்ள துவாரபதி எனும் ஊரிலிருந்து – இந்நாளில் துவாரசமுத்திரம் என்று

அழைக்கப்படுகிறது – 18 மன்னர், வேளிர் மற்றும் அருவாளர் குடும்பங்களை அகஸ்தியர் தம்மோடு அழைத்துவந்ததாக ஒரு தொன்மக் கதை சொல்லப்படுகிறது. மற்றொரு கதை, கோதாவரி மற்றும் கிருஷ்ணா நதிக்கரையில் வாழும் மக்களைப் பரசுராமர் கேரளத்தில்[17] குடிபுகுத்தினார் என்று சொல்கிறது.

திருவிதாங்கூர் மாநிலக் கையேட்டின் 213ஆம் பக்கத்தில், பிற்சொன்ன தொன்மம் பற்றி மற்றொரு குறிப்புக் காணப்படுகிறது: "புதிய நிலம் வாழத் தகுதியற்றதாக இருந்தது. மக்கள் அங்கு முழுமையாகக் குடியேறவில்லை. நில அதிர்வு தொடர்ச்சியாக இருந்தது என்று புராணம் சொல்கிறது. ஆகவே பரசுராமர் தங்கத் துகள்களைத் தூவியும், பொற்காசுகளை வீசியெறிந்தும் நில அதிர்வைச் சமன்படுத்தினார். வர்கலாவில் மாபெரும் யாகம் நடத்தி, நிலத்தை மேலும் சுத்தப்படுத்தினார். பிறகு கிருஷ்ணா, கோதாவரி, நர்மதா மற்றும் காவிரி நதிக்கரையிலிருந்தும்; மைசூர், மதுரை மற்றும் மகாராஷ்ட்ரா பகுதியிலிருந்தும் வடக்கு முதல் தெற்குவரை பல பிராமணர்களைக் கூட்டிவந்து கேரளத்தில் குடியிருப்புகளை உருவாக்கினார். அவ்வாறு உருவான பிராமணக் குடியிருப்புகள் எட்டு கோத்திரங்களாக (குடும்பங்களாக) உருவாகின."

இது பிற்காலக் கதையாக இருந்தாலும், மேற்குத் தொடர்ச்சி மலையின் கிழக்குப் பகுதியிலும் – தமிழ் நிலத்திலும் – கிட்டத்தட்ட இதேபோன்றதொரு குடியேற்றம்தான் ஏற்பட்டிருக்கவேண்டும்.[18] பெரும் அளவிலான ஆரியக்

---

17 வேத பிராமணர்கள் கி.பி. 8ஆம் நூற்றாண்டின் முற்பகுதியிலேயே மலபாருக்கு வந்திருக்க வேண்டும் என்று திரு. லோகன் கருதுகிறார். அதற்கு முந்தி வந்திருக்க வாய்ப்பில்லை. துளு நாட்டின் கடற்கரைப் பகுதியில் இருந்துதான், இங்குக் குடிபெயர்ந்திருக்க வேண்டும் என்பது அவர் முடிபு.

18 ஆரியப் புலம்பெயர்மாக்களும் அவர்களைத் தொடர்ந்து பின்வந்தவர்களும், தீபகற்ப இந்தியாவின் கிழக்கு மற்றும் மேற்குக் கடற்கரைப் பகுதியில் இதே முறையில்தான் குடிபெயர்ந்திருக்க வேண்டும் எனச் சொல்வது சிறிதேனும் ஆர்வத்தைக் தூண்டுவதாக இல்லையா? தமிழ் நிலத்தில் அகஸ்தியர் கிழக்கு முகமாகவும், பரசுராமர் மேற்கு முகமாகவும் அறிமுகப்படுத்தப்பட்டு உள்நுழைக்கப்பட்டார்கள். அரபிக் கடலில் இருந்து கணிசமான நிலத்தை மீட்டெடுத்து, பரசுராமர் கேரளத்தை உருவாக்கிக் கட்டுக்குள் வைத்ததாகச்

குடிகள் கிருஷ்ணா மற்றும் கோதாவரி நீர்நிலைப் பகுதியிலிருந்தும், மேற்கில் மகாராஷ்டிரா மற்றும் கர்நாடகப் பகுதியிலிருந்தும், கிழக்கில் ஆந்திராவிலிருந்தும்தான் தமிழ் நிலத்திற்குப் புலம்பெயர்ந்து வந்திருக்க வேண்டும். **புறநானூறு, அகநானூறு, பத்துப்பாட்டு** முதலான பண்டைய தமிழ் இலக்கியங்கள் அளிக்கும் சித்திரமும் மேற்சொன்ன முடிவோடு ஒத்துப்போகிறது. சில பிராமணப் பூசாரிகள், தன் வசிப்பிடத்தை அங்குமிங்கும் மாற்றி அமைத்துக்கொண்டு மன்னர்களுக்கும், இனக்குழுத் தலைவர்களுக்கும் யாகம் வளர்ப்பதோடு சமயச் சடங்குகளை நடப்பித்து வைத்துள்ளனர். இவர்கள் மிகவும் குறைந்த எண்ணிக்கையில் இருந்தமையால் மன்னர்களிடமும் பொது மக்களிடமும் தம் அறிவாற்றல், எளிய வாழ்க்கைமுறை, ஆழ்ந்த சமய ஈடுபாடு கொண்டு எளிதாக மரியாதை பெற முடிந்தது. பின்வரும் புறநானூற்று மேற்கோள்கள், அக்கால பிராமண ஆசிரியர்கள் சமூகத்தில் அடைந்த மதிப்பையும் புனிதத் தன்மையையும் எடுத்துக் காட்டுகின்றன.[19]

சொல்லப்படுகிறது. அதேபோல், திருவேங்கட மலையில் தமிழ் நிலத்தை ஸ்கந்தக் கடவுளிடம் பெற்றுக்கொண்ட அகஸ்தியர், அதைத் தன் சிஷ்யரான முதல் பாண்டிய மன்னனிடம் ஒப்படைத்தார் எனச் சொல்லப்படுகிறது. பரசுராமர் தான் உருவாக்கிய புதிய நாட்டிற்கு, கோதாவரி மற்றும் கிருஷ்ணை ஆற்றங்கரையில் இருந்து அரச குடும்பத்தினரையும் பாமர மக்களையும் அழைத்து வந்தார். மறுபக்கம் அகஸ்தியரோ, 18 மன்னர், வேளிர் மற்றும் அருவாளர் குடும்பங்களைத் துவாரசமுத்திரத்திலிருந்து அழைத்துவந்து தமிழ் நிலத்தில் குடிபுகுத்தினார். ஒற்றுமை இத்தோடு நிற்கவில்லை. மேற்குக் கடற்கரைப் பகுதியில் பரசுராமர் நாகரிகம் பயிற்றுவித்தவராக அறியப்படும் வேளையில், அகஸ்தியர் கிழக்கில் தமிழ் மொழியை உருவாக்கியதோடு முதல் தமிழ்ச் சங்கத்தையும் தோற்றுவித்துத் தமிழ் மக்களின் பண்பாடு மற்றும் அறிவுக் கலாச்சாரத்தின் முன்னத்தியாக அறியப்படுகிறார். கலாச்சாரப் பயிற்றுவிப்பு வேலைகள் ஓய்ந்ததும், பரசுராமர் ஒடிசாவில் உள்ள மகேந்திர மலைக்குச் சென்றுவிடுகிறார்; அகஸ்தியர் பொதியில் மலைக்கு ஓய்வெடுக்கச் செல்கிறார். பரசுராமர் முதலில் சூர்பரக நாட்டை (தற்கால பம்பாய் பகுதியை உள்ளடக்கியது) உருவாக்கிவிட்டுத்தான், தெற்கில் கேரளத்தை நிர்மாணிக்க வந்தார். அதேபோல் கன்னட தேசத்தில் உள்ள மலக்குட்டா குடியிருப்பைக் காலிசெய்துவிட்டுத்தான், அகஸ்தியர் தமிழ் நிலத்தின் மையத்தில் உள்ள பொதியில் மலைக்கு வருகிறார். இவ்வொற்றுமையைக் காண்கையில், இரண்டு தொன்மக் கதாப்பாத்திரங்களும் ஒரே கலாச்சாரப் பகிர்வு கொண்டன எனத் தெரிகிறது.

19 திரு. எஃப். இ. பார்ஜிடர், தனது Ancient Indian Historical Tradition எனும் நூலில் (ப. 62) பின்வருமாறு எழுதுகிறார்: "இந்திய வரலாற்றின் நெடுகிலும்,

"இறைஞ்சுக பெருமநின் சென்னி சிறந்த
நான்மறை முனிவ ரேந்துகை யெதிரே"

- *6:* காரிகிழார்.

"ஆவு மானியற் பார்ப்பன மாக்களும்"

- *9:* நெட்டிமையார்.

"பார்ப்பார்த் தப்பிய கொடுமை யோர்க்கும்"

- *34:* ஆலத்தூர் கிழார்.

"... நின் முன்னோ ரெல்லாம்
பார்ப்பார் நோவன செய்யலர்"

பிராமணர்களுள் மூன்று வகுப்பினரை அடையாளம் காண முடிகிறது.

(1) துறவு பூண்ட சந்நியாசி மற்றும் ஆசிரியர் - ரிஷி அல்லது முனி என்று அழைக்கப்படுபவர்கள்.

(2) அரசர், வணிகர் மற்றும் சாதாரண மக்களுக்கு ஆன்மீக வழிகாட்டியாகவும் பூசாரியாகவும் திகழ்பவர்கள்.

(3) அரசவை அமைச்சர், மதிப்புமிக்க அதிகாரி மற்றும் சமயம் சாராத அலுவலர்.

முதல் வகையினர் ஆன்மீக நாட்டமுள்ள சீர்மையான பிராமணர்கள். இரண்டாம் வகையினர் சமயப் பூசாரியாகவும் ஆலோசனை வழங்குபவர்களாகவும் இருந்தனர். மூன்றாமவர் உலக விவகாரங்களில் பற்றுக்கொண்டு, சில சமயம் தெய்வீக நாட்டத்திலிருந்து முழுமையாக விலகியவர்கள்."

தமிழ் நிலத்தில் குடியேறியவர்களாக, தமிழ் இலக்கியங்கள் குறிப்பால் காட்டும் பிராமணர்கள் பார்ஜிடரால் இரண்டாம் வகை பிராமணர் என வகைப்படுத்தப்பட்டவர்களே என்றறியலாம். அகஸ்தியர் தவிர்த்து வேறெந்த ஆரிய ரிஷியும், தமிழ் நிலத்தில் துறவு பூண்டு சந்நியாச வாழ்க்கை மேற்கொள்ளவில்லை. சமூக வாழ்விலிருந்து விலகி வட நாட்டுக் காடுகளில் வாழ்ந்து வந்த ஆரிய ரிஷிகள், தென்னகம் நோக்கி வரவில்லை. பிற்காலப் புராண ஆசிரியர்கள், தம் சௌகரியத்திற்கு ஏற்றாற்போல் நைமிசா போன்ற பிற காடுகளில் வாழ்ந்த ஆரிய ரிஷிகளைத் தம் படைப்புகளுக்குக் கடன் வாங்கிக் கொண்டனர்.

இங்ஙனம் அகஸ்தியர் மட்டும் தமிழ் நிலத்தில் தனியொரு ஆரிய ரிஷியாக இருப்பதால், இம்மரபை ஏற்றுக்கொள்வதில் மேலும் சிக்கல் வலுக்கிறது. வரலாற்றுப் பூர்வமாகவும் காலவரிசைக் கிரமமாகவும் ஒத்துப்போக மறுக்கிறது, இவர் கதை. ஆரியக் குடிப்பெயர்வு கிறிஸ்து பிறப்புக்குப் பிந்தைய காலத்தில் தொடங்கி இருக்க வேண்டும் எனச் சொல்லும் வேளையில், அகஸ்தியர் குடியேற்றம் கிறிஸ்து பிறப்புக்கு முந்தைய காலத்தைச் சார்ந்தது எனச் சொல்வது வரலாற்று முரண்பாட்டைத்தான் தோற்றுவிக்கும்.

- 43: தாமப்பல் கண்ணனார்.

பிராமணர்கள் மீது வளர்ந்து வந்த இம்மரியாதையை, சில நூற்றாண்டுகள் கழித்துத் கண்மூடித்தனமான நம்பிக்கையாகத் தமிழ் மக்கள் வளர்த்துக் கொண்டனர். சமய ஆசிரியர் நிலையில் இருந்து இப் பிராமணர்கள் உருவாக்கிய அனைத்துத் தொன்மங்களையும் புராணக் கதைகளையும் நம்பத் தொடங்கினார்கள். குறிப்பாக ஆரியச் சமய மரபுக்குப் புறம்பானவர்களை வென்றெடுத்தல் நிலையில் இட்டுக்கட்டப்பட்ட கதைகள், தமிழ் நிலத்தில் அப்படியே ஏற்றுக்கொள்ளப்பட்டன.

ஓர் எல்லைக்குப் பிறகு தமிழரின் பொருள்சார் பண்பாட்டில் ஏற்பட்ட வீழ்ச்சியே, அகஸ்தியர் மரபு இங்கு நிலைபேறு அடைந்ததற்கான மூன்றாவது ஏதுநிலையாக அமைந்திருக்கும் எனத் தெரிகிறது. பண்டைய இலக்கியங்களில் இவ்வீழ்ச்சியின் பிரதிபலிப்பைக் காணலாம். ஒரு குறிப்பிட்ட நாகரிகத்தில், படைப்பாக்கமும் வளர்ச்சியும் மேலோங்கி இருக்கும் காலப்பரப்பை அடுத்து அம்மக்கள் சோர்வடைந்து, பின்தங்கும் இருண்மையான காலவெளி உலகெங்கிலும் ஏற்பட்டிருக்கிறது. மக்கள் பெரிதாக இயங்காமல், ஊக்கமற்றுச் செயலின்றி வாழும் வேளையில் மூட நம்பிக்கைகளும் அது சார்ந்த பழக்கங்களும் தொற்றிக்கொள்ளும். இங்கும் அதே நிகழ்ச்சிதான். அப்பேற்பட்ட மூடநம்பிக்கைகள் சமயத்தோடு கைக்குலுக்கிக் கொள்ளும்போது, அதன் தாக்கத்திலிருந்து தப்புவது மனித ஆற்றலுக்கு மிகவும் அரிய செயல்.

நான்மறை சமயத்தின் தொன்மங்கள், மறைமொழிகள், அருளாளர்களின் அற்புதச் செயல்கள் முதலியவையினால் செயலற்றுக் கிடந்த மக்களின் ஏதுமற்ற மனத்தைச் சமயப் பிரசங்கிகள் தன்வயப்படுத்தினார்கள். நாகரிக வாழ்விலும் கலைத் துறையிலும் உட்சபட்ச இடத்தைப் பிடித்த ஆதித் தமிழர்களின் வம்சாவளிகள், ஆரியர்களின் தொன்மப் புராணக் கதைகளுக்கு எங்ஙனம் இரையானார்கள் என ஆராயப்புகுவது மிகவும் சிரமமாக இருக்கிறது. எப்பேற்பட்ட முதிர்ச்சியடைந்த நாகரிகத்திலும், அனைத்துப் புலத்திலும் அறிவாண்மை பெற்ற சமூகம் என்று எதுவுமில்லை. இதுதான்

மனித இயல்பு எனும் உண்மையைப் புரிந்துகொண்டால், புதிர்கலந்த உண்மை வெளிச்சத்திற்கு வரும். ஒரு துறையில் வலிமைவாய்ந்தவர் என்றால், மற்றொரு துறையில் வலிமை குன்றியவர் என்ற பொருள்தானே? ஒவ்வொரு நாகரிகமும் விலை கொடுக்க வேண்டிய தண்டம் இது. ஒன்றில் வலிமைபெற்றவர்கள், வலிமை இழந்த மற்றொன்றின் விலைக்காக நிலையிறங்க வேண்டிய சந்தர்ப்பம் ஏற்படும். பொருள்சார் பண்பாட்டு நாகரிகத்தை வளர்த்தெடுத்த அறிவார்ந்த தமிழ்ச் சமூகம் சோர்வுற்றுத் தேங்கியபோது, வடக்கில் இருந்து வந்த ஆரியர்களிடம் இறைசார் தொன்மங்களும் சமயப் பாடங்களும் விருப்பத்தோடு அறிந்துகொள்ளும் நிலைக்கு நகர்ந்தது.

இராமாயணத்தில் அகஸ்தியர் மரபு

அகஸ்தியர் மரபு தமிழ் நிலத்தில் பிற்காலத்தில் உருவாக்கப்பட்டதுதான். வால்மீகி இராமாயணத்தில் அகஸ்தியர் காணப்படும் இடங்கள் முன்னுக்குப் பின் முரணாக அமைந்துள்ளன. முன்பு சொன்னதுபோல், இராமர் நாசிக் அருகிலுள்ள ஆசிரமத்தில்தான் அகஸ்தியரை முதலில் சந்திக்கிறார். பின் அவரின் வழிகாட்டுதலால், மூவரும் பஞ்சவடிக்குக் குடிபெயர்ந்து செல்கின்றனர். இங்குதான் இராவணன் சீதையைக் கடத்திச் செல்கிறான். இராமர் அங்கிருந்து தெற்கு நோக்கி விரைந்து கிஷ்கிந்தாவை அடைந்து, வானரச் சேனைகளின் தலைவன் சுக்ரீவனைச் சந்திக்கிறார்.

சீதையைத் தேடி அனுப்பப்படும் வானரப் படைகளின் தென்னகச் சேனைக்கு அனுமனும் அங்கதனும் தலைமை தாங்கினர். அவ்வளவில் தென்னகத்தின் புவியியல் குறித்து, இருவருக்கும் சிறிய அளவில் அறிமுகம் வழங்கப்படுகிறது. காவிரியாற்றின் தெற்கில் சந்தன மரங்கள் சூழ்ந்த மலாயா மலைகளில்தான் புகழ்பெற்ற அகஸ்திய முனிவர் வாழ்ந்து வருகிறார் என்றிங்கு மீண்டும் ஒரு குறிப்பை வால்மீகி எழுதுகிறார். இது இராமாயணம் படிப்பவர்களுக்கு முரண்பாட்டைத் தோற்றுவிக்கும். சில பாடல்களுக்கு முந்திதான், பஞ்சவடிக்கு அருகில் அகஸ்தியர் வாழ்ந்து வருவதாய் சொன்னார், இப்போது அங்கிருந்து 800 மைல்கள் தெற்கிலுள்ள பொதிய மலையில் வாழ்வதாய் சொல்கிறார்.

பொதிய மலையில் அகஸ்தியர் வாழ்வதாய் குறிப்பிடும் இராமாயணப் பகுதி, பிற்காலத்தில் வால்மீகியைவிட

தென்னிந்தியா பற்றி நன்கு அறிந்த – குறிப்பாகத் தென்னக அரசுகளின் விவரமறிந்த – யாரோ ஒருவரின் இடைச்செருகலாக இருக்க வேண்டும் என்று சிந்தித்தால், இக்குழப்பத்திற்கான பதில் கிடைக்கும். விந்திய மலைகளில் இருந்து குறைந்த தூரம் பயணித்தால் பெருங்கடல் பகுதியை அடைந்துவிடலாம் என்று வால்மீகி குறிப்பிடுவதால், அவருக்குத் தென்னாட்டைப் பற்றிய அறிவில் சுணக்கம் இருப்பது தெரிகிறது. இயற்கைக்கு அப்பாற்பட்ட சக்தி இருப்பதாய் நம்புபவர்கள், அகஸ்திய முனிவர் கணநேரத்தில் ஆகாய மார்க்கமாகப் பயணித்து அங்குமிங்கும் காட்சி தருவதாக நம்பலாம். ஆனால் வடக்கிலுள்ள விந்திய மலைக்கும், தொலைதூர தெற்கிலுள்ள மலாயா மலைக்கும் எப்படி ஒருவர் அத்தனைக் குறைந்த நேரத்தில் பயணித்துத் திரும்பமுடியும் என்று நவீன வாசகர்கள் கேள்வியெழுப்புவார்கள்.

ஆனால் இக்கருதுகோள் தீவிர வரலாற்று ஆய்வுக்கு உதவாது. எனவே, கி.மு. முதல் நூற்றாண்டு அல்லது அதற்குப் பிந்தைய காலம் வரை[20] தொடர் திருத்தங்களுக்கு ஆளான **இராமாயணப்** பிரதியை அடிப்படை ஆதாரமாகக் கொண்டு தமிழகத்தில் அகஸ்தியர் தொன்மம் பழைமைவாய்ந்தது என வலுவாக நிரூபிக்க முடியாது என்பதையே நாம் முடிவாகக் கொள்ள வேண்டும்.

கிறிஸ்தவ ஆண்டு (கி.பி.1) தொடங்கப்பெற்று முதல் மூன்று நூற்றாண்டுகளுக்குள் தமிழ்ச் செவ்விலக்கிய மரபில் அகஸ்தியர் குறித்துக் காணப்படும் மௌனம், அதற்குப் பிந்தைய நான்கு, ஐந்து, மற்றும் ஆறாம் நூற்றாண்டுகளுக்குள்தான் அகஸ்தியர் தொன்மம் வளர்ச்சி பெறத் தொடங்கியிருக்கிறது என்பதற்கான சாட்சியாய்க் கொள்ளத் தோன்றுகிறது. தமிழ்ச் சமூகம் இதே காலத்தில்தான், வலிமையான சமயச் சண்டைகளை எதிர்கொண்டது. எனவே அகஸ்தியர் மரபு கி.மு. 700ஐ சார்ந்தது என டாக்டர் கால்டுவெல் குறிப்பிடுவது, முற்றிலும் தவறான செய்தி. இதை மேற்கொண்டு விவரிக்கும் தேவையுமில்லை.

---

20 டாக்டர் வாஷ்பர்ன் ஹாப்கின்ஸ் தனது 'Great Epic of India' எனும் நூலில், கி.பி. 400 வரை இராமாயணப் பிரதி திருத்தத்திற்கு உள்ளானதாய் குறிப்பிடுகிறார்.

அகஸ்தியர் மரபும் தொல்காப்பியமும்

புலவர்கள் பலரால் இயற்றப்பட்டு, "சங்க இலக்கியம்" என்று இந்நாட்களில் வழங்கப்படும் பாடல்களில், அகஸ்தியர் பற்றி யாதொரு குறிப்பும் இல்லாததற்கு ஏதேனும் காரணம் இருப்பதாக நாம் கருதலாம். ஆனால் அதே காரணத்தைப் பற்றிக் கொண்டு தொல்காப்பியத்தை அணுக முடியாது. அகஸ்தியரின் தலை மாணாக்கராக இருந்து, தமிழ் மொழியின் மூத்த மற்றும் முன்னோடியான இலக்கண நூலை எழுதியவர் ஏன் இவ்விடுபடலைச் செய்திருக்க வேண்டும். அகஸ்தியருடன் தொல்காப்பியருக்கு இருந்த நெருங்கிய தொடர்பினாலும், தன் ஆசிரியரின் படைப்புக்கு சற்றொப்ப, சவாலான புத்தகத்தை எழுதியிருக்கும் வேளையில் நிச்சயம் அவர் பெயரையும், அவர் குறித்த தகவல்களையும் குறிப்பிட்டிருக்க வேண்டும் என்று ஒருவர் எதிர்ப்பார்ப்பது சரிதான். ஆனால் தொல்காப்பியர் அவ்வாறு செய்தாரா?

தொல்காப்பியம் எனும் அற்புதமான இலக்கண நூலில், அகஸ்தியர் குறித்து மறைமுகமாகவேனும் ஒற்றை வரி இல்லை.[21] இம்மரபின் தோற்றம் தெரியாவிட்டாலும்,

---

21 'என்ப, மொழிப' என முடியும் சில நூற்பாக்களைக் காட்டி, இவை உறுதியாக தொல்காப்பியரின் ஆசிரியர் அகஸ்தியராகத்தான் இருக்க வேண்டும் என்று உரையாசிரியர் நச்சினார்க்கினியர் வாதிடுவது உண்மையே. ஆனால், தொல்காப்பியரின் தெளிவற்ற குறிப்பீடுகளைக் கொண்டு வாதிடும் வேளையில் அவரின் வேறு சில நூற்பாக்களையும் படித்து ஆராய்வது அவசியம்: 'நுண்ணிதினுணர்ந்தோர் கண்டவாறே,' 'என்மனார் புலமையோரே,' 'என்ப உணருமோரே,' 'என்ப அறிந்திசினோரே.' தொல்காப்பியர் தமக்கு முன்னிருந்த இலக்கண ஆசிரியர்கள் அனைவரையும், பொதுவாகக் குறிக்கும் வெளிப்படைச் சான்று இது. அகஸ்தியர் என்ற தனி மனிதர் எனக் கருதுவதற்குத் துளியும் இடமில்லை.

அதன் தொன்மைக்கு ஆதாரம் கிடையாது. பிற்காலத்தில் உருவாக்கப்பட்ட கதைக்குப் பற்றுக்கோடாக, பன்னிரண்டு நபர்களை அகஸ்தியரின் நேரடி மாணவர்கள் என்று நிறுவினர். அவர்கள் (1) திரணதூமாக்கினி (எ) தொல்காப்பியர் (2) செம்பூட்செய் (3) அதங்கோட்டாசான் (4) துராலிங்கன் (5) வையாபிகன் (6) வாய்ப்பியன் (7) பனம்பாரன் (8) கழாரம்பன் (9) அவிநயன் (10) காக்கைபாடினியன் (11) நற்றத்தன் (12) வாமனன்.

சில சமயங்களில் சிகண்டியும் இப்பட்டியலில் இணைவது உண்டு. தொல்காப்பியரோடு அகஸ்தியரின் பாடசாலையில் உடன் பயின்ற பனம்பாரனார், தொல்காப்பியத்திற்குப் பாயிரம் எழுதியிருக்கிறார். அப்பாயிரத்தில் மற்றொரு உடன்சாலை மாணவரான அதங்கோட்டாசான் பற்றி குறிப்பிடுவதோடு, தொல்காப்பியரின் ஐந்திர சம்ஸ்கிருத இலக்கணப் பயிற்சி குறித்தும் மெச்சுகிறார். ஆனால் இங்கும் அகஸ்தியர் பற்றிய மௌனம் நீடிக்கிறது. தொன்மங்கள் சொல்வதுபோல் தொல்காப்பியருக்கு அகஸ்தியரோடு 'வலிய ஏற்பட்ட உறவுதான்' நீடித்தது என்று வைத்தாலும், பாயிரப்பகுதியில் பனம்பாரனாரேனும் தன் ஆசிரியரின் புகழைக் குறிப்பிட்டிருக்கலாமே எனும் கேள்வி எழுகிறது. அகஸ்தியர் எனும் கதாப்பாத்திரத்தைப் புறக்கணித்தது மட்டுமன்றி, வெந்த புண்ணில் வேல் பாய்ச்சியதுபோல் தன் உடன் பயிலும் மாணவன் அதங்கோட்டாசான் அரங்கத்திற்குத் தலைமைத் தாங்கி தொல்காப்பியத்தைப் பரிசோதித்து அதிகாரப்பூர்வமாய் ஏற்றதாகப் பனம்பாரனார் குறிப்பிடுகிறார்.

ஒருவேளை இம்மூன்று பேரும் அகஸ்தியரின் மாணவராக இருந்திருந்தால், தாங்கள் இப்பெரும் புலவரின் மாணவர் என்பதை மறைத்திருப்பார்களா? ஆசிரியரின் பெயருக்கு இழுக்குத் தேடித் தரும் செயல்களில் இங்ஙனம் நடந்து கொண்டிருப்பார்களா? எனவே இந்நிகழ்வைக் கொண்டு கூட்டிப் பார்க்கையில், அகஸ்தியருக்கும் இம்மூவருக்கும் தொடர்பில்லை என்பது ஊகமாகத் தெரிகிறது. குறைந்தபட்சம் அச்சமயம்வரையிலேனும்

அவர்களுக்கு அகஸ்தியர் அறிமுகமாகவில்லை எனக் கருதலாம். இவ்விஷயத்தில் அகஸ்தியர் தொன்மத்தை அவர்கள் குறிப்பிடாததால்தான், தொல்காப்பியர் மற்றும் பனம்பாரனாரின் நடத்தை மீது குற்றம் சுமத்த இடமுண்டாகிறது. ஆனால் தங்கள் காலம்வரையில் வழக்கம் இல்லாத ஒரு கதையைக் குறிப்பிடவில்லை என்று இவ்விருவர் மீது பலி சுமத்துவதில் என்ன முகாந்திரம் இருக்கிறது? அகஸ்தியர் தொன்மம் பிற்காலத்தது என ஒதுக்கிவிட்டுத் தொல்காப்பியர், பனம்பாரனார் மற்றும் அதங்கோட்டாசானின் நடத்தையை மதிப்பிடுகையில் நமக்கு எவ்விதக் குழப்பமும் ஏற்படவில்லை.

அகஸ்தியரின் படைப்புகள்

அகஸ்தியர் முதல் சங்கத்தை நிறுவி, அதன் தலைவராக வீற்றிருந்தார் என தொன்மம் சொல்கிறது. தமிழ் மொழியின் முதல் இலக்கண நூலையும் அவர் படைத்ததாகச் சொல்கின்றனர். நமக்குத் தெரிந்தவரை சங்க மரபு மிகவும் பரந்துபட்டது; வரலாற்றாராய்ச்சிப் பார்வையில் படிப்பதென்பது உலகியல் முயற்சிகளுக்கு அப்பாற்பட்ட நிலை. எங்கு தொடங்கி, எங்கு செல்வதென்பதற்கு வலுவாகக் காலூன்ற போதுமான தடயங்கள் இல்லை. சங்க மரபின் பெரும்பாலான பகுதி மேகங்களோடு மென்மையாகக் காற்றில் உலாவிக்கொண்டிருக்கிறது. தட்டையான தரவுகளும் வரலாற்றாராய்ச்சி முடிவுகளும் அதன் அழகிய வடிவத்தைச் சிதைத்து அழித்துவிடக் கூடாது என்று சிலர் விரும்புகின்றனர். மிக நெடிய புவியியல் மாற்றங்களைத் தொன்மங்களோடு ஒன்றிணைத்து, ஒரு நாட்டின் குறுகிய கால இலக்கிய வரலாற்றை எழுதுகையில் அறிவியல் பூர்வமான ஆராய்ச்சிக்கு இடமின்றிப் போகிறது. நோவாவின் பெருவெள்ளமும், மனுவின் பெருவெள்ளமும் நமக்கு நம்பகமான வரலாற்று அடித்தளத்தை உருவாக்கவில்லை[22]. எனவே சங்கம்

---

22 இவ்வூழிக்காலப் பெருவெள்ளங்கள் குறித்து, திரு.எல்.டபுள்யூ. கிங் என்பார் தனது Babylonian Religion and Mythology எனும் புத்தகத்தில் (ப. 121) பின்வருமாறு எழுதுகிறார்:

"உலகில் பலவாறாகப் பிரிந்து காணப்படும் வெவ்வேறு இன, கலாச்சாரப் பண்பாட்டிலும் ஒரு பெரிய ஊழிக்காலப் பெருவெள்ளம் தோன்றி மக்கள் வாழும் பகுதியைச் சுக்குநூறாக அழிப்பதாய் வெவ்வேறு வடிவில் கதைகள் உள்ளன. ஆதிக் காலத்தில் உலகம் முழுமையும் அழியும்படி, இத்தகு ஊழிவெள்ளம் ஏற்பட்டிருக்க வேண்டும் என்று சிலர் கருதுகின்றனர். ஆனால் இவ்வாதம் இன்று முழுமையாக நிராகரிக்கப்பட்டுவிட்டது. பேரழிவு

குறித்த கேள்விகளை இப்போதைக்குப் பதில் சொல்லாமல் நகர்ந்துவிடலாம்[23].

அகஸ்தியர் தமிழ் மொழியின் முதல் இலக்கண நூலை உருவாக்கினார் எனும் வாதம் மற்றொரு தளத்தில் நிற்கிறது. கடந்த காலத்தைப் புரிந்து கொள்வதற்கான வாயிலாக, நாம் இதைப் பயன்படுத்தலாம். தொன்ம மரபுப்படி, அகஸ்தியரின் பெரும்பாலான படைப்புகள் கால வெள்ளத்தால் அடித்துச் செல்லப்பட்டுவிட்டன. என்றபோதும், ஒருசில உதிரி நூற்பாக்கள் தப்பிப் பிழைத்து நம்மிடையே எஞ்சியுள்ளன. இவை, அகஸ்தியர் எனும் ஆளுமையின் கோட்டோவிய சித்திரத்தைப் புரிந்துகொள்ள உதவலாம்; 12,000 சூத்திரங்களைக் கொண்ட பெரும் இலக்கண நூலைப் படைத்த அவரின் கல்வியறிவை இதன்

உண்டாக்கவல்ல உலகளாவிய பெருவெள்ளம் ஏற்பட்டதற்கு, எவ்விதப் புவியியல் சான்றுகளும் கிடைக்கவில்லை. மேற்கொண்டு, உலகம் இன்று இருக்கும் பௌதிகப் பருநிலையில் ஒட்டுமொத்த அளவில் வெள்ளம் ஏற்பட வாய்ப்பில்லை என்று அறிவியல் அறிஞர்கள் சொல்லிவிட்டார்கள்."

23 சங்க மரபின் மீது ஆதரவு மனப்பான்மை கொண்ட எந்தவொரு நபரும், மறைந்த பேரா. சேஷகிரி சாஸ்த்திரி இவ்விஷயத்தில் முன்வைக்கும் விமர்சனத்திற்குப் பதில் சொல்ல முன்வரவில்லை. மறைந்த பேரா. சுந்தரம் பிள்ளை அவர்கள், சங்க மரபைக் கட்டிக் காக்கும் விதமாக ஓர் அறிவார்ந்த வாதத்தை முன்வைத்தார். 'சங்கப் புலவர்கள் பல்வேறு காலத்தில், வெவ்வேறு நாட்டில் பிறந்து - வாழ்ந்து - பாடல் இயற்றியிருந்தாலும், தொலைதூரப் பிற்காலத்தில் இருந்து அவற்றைப் பார்க்கையில் அவை ஓர்குடைக்குள் இருப்பதாகவே தோன்றின.' ஆனால் சுந்தரம் பிள்ளையின் இவ்வாதம், எதிர்க்கருத்தாக மாறிவிடுகிறது. கவித்துவமாக இருப்பவை எல்லாம், வரலாற்றுப் பூர்வ உண்மை என்றாகிவிடாது. சொல் அலங்காரங்களை விட்டுவிட்டு வலிமையான சான்றுகளை முன்வைக்க வேண்டும்.

அதனால்தான் பேரா. சேஷகிரியின் வாதம் ஓங்கி உயர்ந்து நிற்கின்றது. பண்டைய தமிழ் இலக்கியங்களின் காலம் மிகப் பழைமையானதென்று, சங்க காலம் என்றொரு மரபு கட்டிக் காக்கப்படும் வரையில்தான் சுட்டமுடியும் என்ற மிகத் தவறான புரிதல் இன்றுவரை நீடிக்கிறது. அதனால்தான் சங்க மரபு பத்திரமாகப் போற்றிப் பாதுகாக்கப்படுகிறது. ஆனால் பண்டைய தமிழ் இலக்கியங்கள் - சங்க இலக்கியங்கள் - சந்தேகத்திற்கு இடமின்றி மிக நுட்பமானவை. தற்காலத் தமிழர்களும் ஏற்றுக்கொள்ளும்படி, அதன் பழைமைக்கு அந்நூலே சான்றாகும். வரலாற்றுப் பூர்வமான தட்டைச் சான்றுகளைப் பயன்படுத்தி, சங்க நூல்களின் காலத்தை அறுதியிடாமல் - இது நம்மால் முடியும் என்று நம்புகிறேன் - சிலர் புராணக் கதைகளைக் கொண்டு, முச்சங்க வரலாற்றினை உண்மையென நம்பவைக்க முயற்சிக்கின்றனர். ஒரு வலிமையான ஆதாரத்தை, தொன்மம் பூசி நாம் கெடுத்துக் கொண்டிருக்கிறோம் என்பது என் பார்வை.

மூலம் உத்தேசிக்கலாம்.

தமிழ் உரையாசிரியர்களால் மேற்கோள் காட்டப்பட்டு, பிற்காலத் தொகுப்பாசிரியர்களால் ஒருங்கிணைத்துச் சேர்க்கப்பட்ட அகஸ்திய உதிரிச் சூத்திரங்களை ஆராயத் தொடங்குமுன், இதுநாள்வரை அவர் இயற்றியதாகச் சொல்லப்படும் எண்ணற்ற புத்தகங்கள் பற்றிச் சிறிய அளவில் அறிமுகப்படுத்துவது சரியாக இருக்கும். மருத்துவம், சித்துக் கொள்கை முதல் மாயாஜாலம், பில்லிசூனியம்[24] வரை பலதுறைகளில் கலந்துகட்டியுள்ள புத்தகங்கள் அவர் ஒரு பண்டிதர் அல்ல பாசாங்குக்காரர் என உறுதிசெய்கின்றன. தமிழ் மொழியை உருவாக்கிய அகஸ்தியர் எனும் பெரும் புலவர் அர்த்தமற்ற, தரக்குறைவான, உள்ளடக்கச் சிறப்பற்ற நூல்களை எழுதியிருக்கிறார் எனும் இழிமையை ஏற்றுக்கொள்ள மிகவும் சிரமமாக இருக்கிறது. அவற்றுள் கற்றறிந்த நாகரிகச் சமூகம் வாசிக்கும் புத்தகங்கள் எதுவும் இல்லை.

மதராஸ் கீழ்த்திசைச் சுவடிகள் நூலகத்தின் விலாவாரியான அட்டவணைப் புத்தகத்தின் இரண்டாம் தொகுதியில் உள்ள இரண்டாம் பாகத்திற்கான முன்னுரையில், பேரா. மகாமகோபாத்தியாய எஸ். குப்புசாமி சாஸ்திரியார் பின்வருமாறு எழுதுகிறார்: "அகஸ்தியா அல்லது அகஸ்தியர் என்று அழைக்கப்படும் பெயர், தமிழ்ச் சூழலில் இரசவாதம், மருத்துவம், சித்தர்களின் யோகநெறி போன்ற துறைகளில் நிறைவான ஒரு எழுத்தாளரின் அடையாளமாக உள்ளது. ஆனால் யார் இந்த அகஸ்தியர் என்று நமக்குத் தெரியவில்லை. தமிழ் மொழியை நெறிப்படுத்தி, அம்மொழிக்கு முதல் இலக்கண நூலை எழுதிய அகஸ்தியரும் இவரும் ஒன்றல்ல என்பது திட்டவட்டமாகத் தெரிகிறது. பல்வேறு

---

24 மதராஸ் கீழ்த்திசைச் சுவடிகள் நூலகத்தின் அட்டவணையில், அகஸ்தியர் இயற்றிய 96 நூல்கள் பற்றிய விவரம் உள்ளது. அதிகம் தீண்டப்படாத அவர் இலக்கியத்தின் மேலோட்டமானவொரு பகுதியை மட்டும்தான், இத்தொகுப்பு ஆராய்ந்திருக்க வேண்டும். அகஸ்தியரின் ஆழமான இலக்கியக் கருவூலங்களை - அவர் சொல்வதுபடி,

"பாரப்பா வாதத்தில் லக்ஷம் காப்புப்
பாடினேன் வைத்தியத்தில் ரெண்டு லெக்ஷம்"

சிரத்தைக் கொள்ளும் எப்பேற்பட்ட புத்தகச் சேகரிப்பாளரும், அரிதின் முயன்று தேடிக் கண்டுபிடித்துச் சேகரிக்க முடியுமா?

காலத்தில், வெவ்வேறு மனிதர்களால் இயற்றப்பட்ட நூல்கள் அனைத்தும் அகஸ்தியர் எனும் மனிதர்க்கு முக்கியத்துவம் சேர்க்கவும், பழைமையைக் கூட்டவும் அவர் பெயரில் வரவு வைக்கப்பட்டன. ஆனால் அந்நூல்களின் சாதாரண, எளிய மற்றும் நவீன மொழிநடை, அம்முயற்சிக்குத் தண்டம் இழைத்தன." மலினமான மொழிநடை கொண்ட இப்பாடல்களைச் 'சாதாரணப் படைப்பு' எனச் சொல்வது பெருந்தன்மையைக் காட்டும். ஏனெனில் இதை 'இலக்கியம்' எனச் சொன்னால் அது 'உயர்வு நவிற்சியே' எனக் கொள்க. வாசகர்களே மதிப்பிட்டுக் கொள்ளும்படி, பாடலடிகள் சிலவற்றை இங்கு உதாரணமாகக் குறிப்பிடுகிறேன்.

"சேதியொன்று சொல்லுகிறேன் தெளிவாய்க் கேளு
செகந்தனிலே சாமளா தேவிதன்னை"
- ஊழிக்காற்றுச் சூத்திரம்

"தாமிந்தப் பூரணத்தைக் கெணியா தீந்தால்
தலைதெறித்துப் போகுமடா சத்தியஞ் சொன்னேன்."
- அகத்தியர் பூரணசூத்திரம் இருநூற்றுப்பதினாறு

"வெளியாகச் சூத்திரத்தை வெளி விடாதே
வேதாந்தப் புத்தியினால் நூலைக் காரு"
- அகத்தியர் கலைஞான சூத்திரம்
ஆயிரத்து இருநூறு

"வித்தையென்ற வித்தையெல்லாம் நூற்றுக் குள்ளே
விருதிட்டு வெட்டுதற்கு சுழுகு"
- அகத்தியர் வைத்தியநூறு

"சுழியான அகரமே உகர மாச்சு
சூட்சமாய் எழுத்தெல்லா மிதனா லாச்சு"
- அகத்தியர் எட்டு

"சஞ்சீவி போலிந்த நூலைச் சொன்னோம்
சண்டாளப் பாவிகளுக் கீய வேண்டாம்

நஞ்சுபோ லிந்தமுறை நாய்களுக்கு
நலமான நாய்களைத் தானாகக் கொல்லும்
கெஞ்சுவார் உலகத்தா ரிந்த நூலை
கேட்டாலுங் கொடுக்கரிது கேள்வி யின்றி
மிஞ்சவே பஞ்சரித்து தெண்டன் செய்து
வேணதன மீய்ந்தக்கா லிதனை ஈயே."

- அகத்தியர் சூத்திரம் இருநூற்றுப்பத்து

இது 'சாதாரண' மொழிநடையா? அல்லது கல்வி வாசனையற்ற, கலாச்சார மற்றும் தார்மீகப் புரிதலற்ற ஒருவரின் எழுத்துநடையா? கவனமாக ஆராயும் பேராசிரியர் தன் கருத்தைச் சற்றுத் தயக்கத்துடன், 'இப்பாடல்கள் அனைத்திலும் பிற்காலப் போக்கு நிலைகளைக் காணமுடிகிறது' என்று இறுதி செய்கிறார். சான்றாக,

"வானைத் தாவிய பொதிகை தன்னில்வாழ்
மகத்தான ரிஷியுடைய வாக்கு நேர்மை."

- அகத்தியர் தீக்ஷாவிதி

"ஏத்திடு சன்னிதோஷம் எழுப்பிடுங் குஷ்டரோகம்
போற்றிடு தீருமென்றே பொருப்புமே லிருந்தோர் சொன்னார்"

- அகத்தியர் வைத்தியம்பதினாறு

இதிலுள்ள சில வரிகள், அப்பாடல்கள் அகஸ்தியரால் பாடப்பெறவில்லை என்பதற்குத் தாமே சான்றாக அமைந்துள்ளன. பிறகு ஏன் தமிழ் இலக்கியத்தின் அரைகுறைப் பகுதியிலும் நாராசப் பகுதியிலும் நேரத்தை வீணடிக்க வேண்டும்?

அகஸ்தியரின் இலக்கணச் சூத்திரங்களைப் பின்தொடர்ந்து செல்கையில், மதிப்புவாய்ந்த துறவியின் சிறப்பான ஆளுமையைக் கண்டடையலாமே என வாசிப்பவர்கள் கருதலாம். ஆனால் இங்கும் அவர் ஏமாற்றம் அளிக்கிறார் என அஞ்சுகிறேன். தமிழ் இலக்கண முன்னோடியின் சூத்திரங்கள் சிலவற்றை முதலில் பார்வையிடுவோம். எழுத்து, மொழி மற்றும் குறில் போன்ற பதங்களை வரையறை செய்து

விளக்குகையில், அவர் அறிவுநுட்பம் எங்கேயோ மேலோங்கி நிற்கிறது. அகஸ்தியரின் வழிகாட்டுதலும் அனுமதியும் இல்லாவிடில், அர்த்தம் புரியாமல் நாம் தொலைந்துபோகக் கூடும்.

எழுத்து

"எழுதப் படுதலா லெழுத்தெனப் பெயர்பெறும்."

மொழி

"மொழிந்த வெழுத்தான் மொழிவதே மொழியாம்."

கூற்று

"கூறு படுத்தலால் கூற்றெனப்படும்."

இதற்கடுத்து எதிர்வரும் இலக்கண ஆசிரியர்கள், எழுத்துகளின் பாலினப் பாகுபாட்டைத் தெரிந்துகொள்ளும் பொருட்டு குறிப்பால் உணர்த்துகிறார்.

"குறிலாண் பாலு நெடில்பெண் பாலுமாம்"

"ஆயுதமும் மெய்யு மலியெனப் படுமே"

எழுத்துகளை உச்சரிப்பின் அடிப்படையில், அமிர்தவெழுத்து மற்றும் நஞ்செழுத்து எனப் பிரிப்பதற்கு, அவரின் மருத்துவ அறிவு துணைசெய்திருக்க வேண்டும். தமிழ் மொழியின் தனித்துவப் பண்பை, பின்வரும் சூத்திரத்தில் அவர் இயல்பாக வெளிப்படுத்துவதைக் காணலாம்:

"ஐந்தொழி யெழுத்தெலாம் வடவெழுத் தாகும்."

தமிழ் முனியின் பாசாங்கான மொழிபக்தியை விளக்குவதற்கு, இவ்வொற்றைச் சூத்திரமே போதுமானது இல்லையா? குறுகிய மனப்போக்கு உடைய 'இலக்கணக்கொத்து' நூலாசிரியரின் அர்த்தமற்ற, மொழியியலின் அடிப்படை விதிகளுக்கு மாறான வாதங்களைவிட, தமிழ் நிலத்திற்கு அந்நியரான அகஸ்தியர், மனித உச்சரிப்பில் எழும் ஒவ்வொரு அடிப்படையான ஒலியையும் சம்ஸ்கிருத மொழிக்குச் சொந்தம்

கொண்டாடி எழுதுவதில் ஓரளவு நியாயம் தேடலாம். நான் இங்கு வெளிப்படுத்தவிருக்கும் அகஸ்தியச் சூத்திரங்கள், ராவ் சாகிப் பவாநந்தம் பிள்ளையவர்கள் பதிப்பித்த பேரகத்தியத் திரட்டு எனும் நூலில் இருந்து எடுத்தாளப்பட்டுள்ளன. அதன் நவீன அம்சங்கள் வாசிப்பவர்களுக்கு எளிதில் தட்டுப்படும். பிரதியில் கையாளப்படும் வார்த்தைகள், நடை அம்சம் மற்றும் கட்டமைப்புக் கொள்கைகளைக் கொண்டு ஒரு நூலின் காலத்தை அறுதியிட முடியும் என்றால், நிச்சயம் இந்நூல் தொல்காப்பியத்திற்குப் பிந்தையதாகத்தான் இருக்கவேண்டும் என்று ஒருமித்தமாக வரையறை செய்யலாம். இவை அறிவுப் பகட்டை வெளிக்காட்டுவதற்காக எழுதப்பட்டன என்றும், இலக்கணம் பற்றிய கற்றுக்குட்டிகள் எழுதியவையாக இருக்கலாம் என்றும் மதிப்பிடுகின்றனர். சூத்திரங்களைக் கீழ்காணும் முறையில் பட்டியலிடுகிறேன்:

சூ. எண்: *4*. இரேகை வரிபொறி யிலேகையக் கரப்பெயர்.

சூ. எண்: *10*. அச்சாவி சுரம்பூத மாமுயிரின் பெயர்.

சூ. எண்: *13*. குறிலுங் குறுமையு மிரச்சுவமுங் குறிற்பெயர்.

சூ. எண்: *15*. நெடிலும் நெடுமையுந் தீர்க்கமு நெடிற்பெயர்.

சூ. எண்: *27*. உடலுடம் பொற்றல் லூமைவியஞ் சனமெய்.

சூ. எண்: *31*. வலிவன்மை வன்கணம் பரிசம்வல் லினப்பெயர்.

சூ. எண்: *61*. ஆத னநாதியு முதாநனா தியுமா
நாதமுரங் கண்டந் தலையிட முற்றும்
பல்லிதழ் நாமூக் கணமைந் தொழிலா
லெல்லா வெழுத்தும் பிறக்கு மென்ப.

சூ. எண்: *78*. தலைமையக் கரம்போல் சார்பெழுத் துற்பவம்.

சூ. எண்: *89*. மயக்கம் புணர்ச்சி சங்கமஞ் சையோகங்
கூடல் கலத்தல் புல்லலொரு பொருட்சொலே.

சூ. எண்: *139*. தனிமொழி யிணைமொழி துணைமொழி
பொதுமொழி

கணமொழி தணமொழி கலப்புறு மொழியேழ்.

சூ. எண்: 141 சநுக்கிரகஞ் சங்கத மவப்பிரஞ்சநம் பாகதம்
மொழிநான் கென்றே மொழியப் படுமே.

சூ. எண்: 142. சநுக்கிரகஞ் சங்கதந் தேவர்மொழி யென்ப.

சூ. எண்: 143. அவப்பிரஞ் சநமொழி யசேதனர்க் காகும்.

சூ. எண்: 144. எல்லா நாட்டிலு மியல்வது பாகதம்.

சூ. எண்: 145. பாகதம், தற்பவந் தற்சமந் தேசிய மெனப்படும்.

சூ. எண்: 148. தேசியந் திசைச்சொ லென்று செப்புக.

சூ. எண்: 149. தீர்க்கங் குணம் விருத்தி சந்தி மூவகையாம்.

சூ. எண்: 163. ஏயன் விகுதி யெய்தும் பிள்ளைக்கே.

ஏழியன் முறைய தெதிர்முக வேற்றுமை
வேறென விளம்பான் பெயரது விகாரமென்
றோதிய புலவனு[25] முளனொரு வகையா
னிந்திர னெட்டாம் வேற்றுமை யென்றனன்.
- பேரகத்திய மேற்கோட் சூத்திரம், 14.

மேற்கண்ட சூத்திரங்களை எழுதியவர் ஒருவரா அல்லது கலந்துபட்ட பலரின் கூட்டு முயற்சியா எனத் தெரியாது. ஆனால் ஒன்று மட்டும் வெளிப்படையாகத் தெரிகிறது. இவர்களுக்கு இலக்கணம், அகராதி பற்றித் துளியும் அறிவில்லை. இவ்விரண்டு கருத்திலும் மொத்தமாகக் குழம்பிப் போயிருக்கின்றனர். சூத்திரங்களின் நடையிலும் வார்த்தை அமைப்பிலும் எளிமையோ, பழைமையோ எட்டிப் பார்க்கவில்லை. எனவே இலக்கணக் கலைச்சொற்கள் வளர்ச்சி பெற்ற கடைக் காலத்தில், இச்சூத்திரங்கள் இயற்றப்பட்டிருக்கலாம் என ஊகிக்க இடமுண்டு. இறுதியாக, சம்ஸ்கிருத இலக்கண ஆசிரியர்கள் பின்பற்றிய வைப்பு முறைகளையும், பெயரிடுதல் விதிகளையும் ஓர் அந்நிய மொழியின் இலக்கணத்துக்கு அப்படியே பின்பற்ற முயற்சித்தது

25 இது உறுதியாக பாணினியைத்தான் குறிக்கிறது. எனவே அகஸ்தியர் பாணினி காலத்திற்குப் பின் வாழ்ந்திருக்க வேண்டும். ஆனால், ரிக் வேதத்தில் வரும் அகஸ்தியர் பாணினிக்குப் பின் எப்படி வர முடியும்?

தெரிகிறது. ஆனால் தமிழ் மொழியில் இம்முயற்சி சிறிதும் பொருந்தவில்லை.

தொல்காப்பிய ஆசிரியருக்கு சம்ஸ்கிருதப் புலமை இருந்தபோதும், ஓர் அசல் இலக்கணவாதிக்கு உண்டான இயல்பூக்கத்தோடு அவர் செயல்பட்டிருக்கிறார். தமிழ் மொழியின் தனித்துவப் பண்புகளை மதித்ததோடு, அவற்றை வேற்றுமொழியின் நிழலில் வைக்க அவரின் செவ்வியல் இலக்கணப் படைப்பு இடந்தரவில்லை. ஆனால் பிற்கால இலக்கண ஆசிரியர்கள், அத்யந்த சம்ஸ்கிருத மோகத்தினால் கலைச்சொற்களையும் கருத்தாக்கங்களையும் அங்கிருந்து பெற்றுக்கொண்டு தமிழில் புகுத்தினர். அகஸ்தியரின் பெயரால் பல போலியான சூத்திரங்களை இயற்றி, தங்கள் படைப்பே தொல்காப்பியத்தைக் காட்டிலும் பழைமையானது எனச் சொல்லி அதிகாரம் நாட்டினர்.

அகஸ்தியச் சூத்திரங்களும் தொல்காப்பியமும்

பண்டைய தமிழ் இலக்கிய மரபில் சமணர்களுக்கு வளப்பமான இடமும் முக்கியத்துவமும் இருந்ததால், தொல்காப்பியர் சமண முனிவராக இருக்கலாம் எனும் கருதுகோளை அத்தனை எளிதில் கடந்துவிட முடியாது.[26]

26 தொல்காப்பிய ஆசிரியர் திரணதூமாக்கினி என்றும், அவர் வேத ரிஷி ஜமதக்னியின் புதல்வர் என்றும் சொல்லப்படும் கதை, பிற்காலத்தில் உருவான மரபு. வரலாற்றுப் பூர்வமாக இக்கூற்றை மெய்ப்பிக்க முடியாது. தொல்காப்பிய நூலின் காலம் கி.பி. நான்காம் நூற்றாண்டு எனும் கருதுகோள், தமிழ் இலக்கிய வளர்ச்சியோடு ஒப்பிடுகையில் சற்று ஏற்றுக்கொள்ளக் கூடியதாக இருக்கலாம். ஆனால் பரசுராமர் மற்றும் திரணதூமாக்கினியின் தந்தையாரான வேத முனி ஜமதக்கினியின் வாழ்வோடு ஒப்பிட்டுப் பேசினால், காலக்கணிப்பில் பெரும் சிக்கல் உண்டாகும். ஜமதக்கினி கிருத யுகத்தின் இறுதிக் காலம்வரை வாழ்ந்ததாக புராணங்கள் குறிப்பிடுகின்றன. இக்கூற்றுகளைத் தொகுத்து திரு. எஃப். இ. பார்ஜிடர் தனது Ancient Indian Historical Tradition எனும் நூலில் (ப.315), "புராணக் கணக்கின்படி விசுவாமித்திரரும் அவர் மகன்களும் (அவர்களில் இருந்துதான் உண்மையான வேதகாலம் தொடங்குகிறது) கிருத யுகத்தின் இறுதிவரை வாழ்ந்தார்கள். ஜமதக்னி உட்பட பலரும் அவர்களோடு வாழ்ந்தனர்" என்று எழுதுகிறார்.

டாக்டர் பர்னெல்லின் கருத்தும் இவ்வாதத்திற்குப் பொருத்தமானதாய் தோன்றுகிறது: "தென்னிந்தியத் தீபகற்பத்தில் இருந்த பழங்கால சமண மற்றும் பௌத்த நாகரிகங்களை, பிராமணியம் எங்ஙனம் மெல்ல பெயர்த்தெடுத்தது என்று வரலாற்று ஆதாரங்களுடன் உறுதி செய்வது இயன்ற காரியம்தான். இப்பகுதியில் பதிவான மிகப் பழைமையான நாகரிகம் இதுவாகத்தான் இருக்கவேண்டும். தென்னிந்திய வேதங்களும், வடக்கில் உள்ள வேதங்களும் ஒன்றுபோல் இருப்பதைக்கொண்டு, பிராமண சூத்திர வேறுபாடு நன்கு புலப்பட்ட பிறகுதான் குடியேற்றம் நிகழ்திருக்கவேண்டும் என்பதை உறுதிசெய்யலாம். சுருக்கமாகச் சொன்னால், கிறிஸ்தவ ஆண்டு தொடங்கி, சில ஆண்டுகளுக்குப் பின்புதான் இந்நிகழ்ச்சிகள் நடந்திருக்கவேண்டும்"

- Elements of South Indian Palaeography, பக். 11-12.

சமணர்களின் மெய்யியல் கருத்துருவாக்கம், உலகின் தோற்றம் குறித்த கதைகள் பழைமைப்பாங்கான இந்து சமயத்தின் பழக்கங்களோடு ஒத்துப்போவதால், இது விஷயத்தில் தீர்க்கமான முடிவெடுக்க நாம் குழம்பிப் போகிறோம். இருசமயங்களிலும் ஒருசில அடிப்படைத் தத்துவங்கள் மட்டுமே வேறுபடுகின்றன.[27]

தொல்காப்பியப் பிரதியின் அதிகாரத்தை மட்டுப்படுத்தி, அதன் முக்கியத்துவத்தைக் குறைப்பதற்காகவே, அகஸ்தியர் கதையை உருவாக்கிப் பரவல் செய்தனர் என நம்புவதற்கு இடமுண்டு. வரலாற்றுப் பின்னணியில் பார்த்தால், தொல்காப்பிய வளர்ச்சியைத் தாளமுடியாத ஒருசிலர், சமய உறுதியுடன் அகஸ்தியர் தொன்மங்களை அதற்கு மறுமொழியாக உருவாக்குகின்றனர் என்பது கண்கூடு.

பேரா. இ.ஜெ. ராப்சன் Ancient India எனும் நூலில் (ப. 66), "தென்னிந்தியாவின் நாகரிக வளர்ச்சியில் சமணர்களின் பங்கு குறிப்பிடத்தக்கது. தமிழ் மற்றும் கன்னட மொழி இலக்கியங்களின் பண்டைய கால வளர்ச்சிக்கு, சமண முனிவர்கள் பெருமளவு உதவிசெய்துள்ளனர்" எனக் கூறுகிறார்.

27 இந்து சமயத்தின் தன்வயமாக்கும் திறன் வியப்பூட்டும்படி இருப்பது இதற்குக் காரணமாக இருக்கலாம். புறச் சமயக் கருத்துகளுக்கு இந்து மதத்தில் ஆதரவு உண்டு; பிற நம்பிக்கைத் தளத்திற்கு உட்பட்ட கடவுள்களையும், இறைவிகளையும் தமதாக்கிக் கொண்டுள்ளனர்; சிலவிடத்து மாற்றுச் சமய அறிஞர்களையும் தன் கதை, தொன்மங்களில் பயன்படுத்தியிருக்கின்றனர். பிராமணியம் மீது தீவிர விமரிசனக் கற்களை எறிந்த புத்தர், பின்னாட்களில் விஷ்ணுவின் அவதாரமாக ஏற்றுக்கொள்ளப்பட்டார். இதுவொன்றே, இந்து சமயத்தின் உள்ளடக்கும் சக்தியை எடுத்துக்காட்ட வல்லது எனக் கருதுகிறேன். திறந்த மனத்துடன் எல்லாவற்றையும் ஏற்கும் பக்குவம்தான், இந்து சமயத்தின் மிகப் பெரும் பலமாக இருக்கிறது.

இதேபோல் மாற்றுச் சமயத் தத்துவங்களை ஏற்று நடக்கும் வழக்கம், புறக்கோட்பாட்டுச் சமயங்களிலும் இருக்குமா என்று சந்தேகிக்க வேண்டும். திரு. வின்சென்ட் ஏ. ஸ்மித் The Early History of India (p. 319) எனும் நூலில், பின்வரும் பார்வையைப் பதிவு செய்கிறார்: "பௌத்தத்தின் நவீன வடிவம், பழங்கால இந்து சமயத்தோடு பல காரணிகளில் ஒத்துப்போகிறது. சில சந்தர்ப்பங்களில், எது எச்சமயத்தது என்று ஆய்வு வல்லுநர்கள் கூட குழம்பிப் போகும் அளவு அதன் ஒருமைப்பாட்டுச் சித்திரங்கள் அமைந்துள்ளன." இச்சரத்து சமண சமயத்திற்கும் பொருந்தும்.

வின்சென்ட் ஸ்மித்தின் அதே புத்தகத்தில், இந்துச் சமூகம், மாற்றுச் சமய வழக்கங்களை எங்ஙனம் சுவீகரித்தது என்று பக்கம் எண்: 340 மற்றும் 341இல் பார்க்க. இந்தியாவில் பௌத்த சமயத்தின் வீழ்ச்சி ப. எண் 382இல் பேசப்பட்டிருக்கிறது.

ஆனால் தொல்காப்பியத்தின் மகிமையைச் சுலபத்தில் நீர்த்துப்போகச் செய்ய முடியுமா? எத்தனையோ இலக்கண நூல்கள் வந்துபோன பின்னும், தனக்கான இடத்தை உறுதியாகப் பிடித்துக் கொண்டு, மாறாக் கருத்துகளுடன் மிளிர்ந்து கொண்டு இருக்கின்றது. அதன் செவ்வியல் நுட்பத்திற்கும், காலம் கடந்த நூல் கட்டுமானத் திறத்திற்கும் ஈடு இணை இல்லை.

எனவே தமிழ் இலக்கிய வரலாற்றில் சமணத்தின் தொடக்கக் காலத்திற்குப் பிறகுதான்[28], அகஸ்திய மரபு தோன்றியது என்பதில் சந்தேகம் இல்லை. அந்நூலின் காலம் தொல்காப்பியத்திற்கும் பிந்தையது என்றே அறுதியிட வேண்டும். அகத்தியம் தொல்காப்பியத்திற்கு முந்தையது எனும் வாதத்தைத் தவிடுபொடியாக்க மற்றொரு குறிப்பு: அகஸ்தியர் தன் மூல நூலில் முத்தமிழின் அங்கமான இயல், இசை மற்றும் நாடகத்தின் இலக்கணங்களைக் கூறியிருப்பாரானால், தொல்காப்பியரும் அதைப் பின்பற்றியிருக்க வேண்டும். மூலநூலை நன்கு வாசித்து, அதில் கூறப்படாதவற்றைத் தேடிப் பிடித்து மெருகேற்றி எழுதியிருக்க வேண்டும். ஆனால் இசை, நாடகம் பற்றி அவர் எழுதவில்லை. முத்தமிழ் என்ற கருத்துருவாக்கம் அவர் காலத்தில் தோன்றவில்லை என்பதை இது காட்டுகிறது. தமிழ் மொழியின் பிற்கால வளர்ச்சியில்தான் இவ்வெண்ணம் தோன்றுகிறது. அகஸ்தியம் அதன் அறுவடைப் பொருள்.

---

28 தமிழகத்தில் சமண சமயத்தின் முற்கால மற்றும் பிற்காலப் பகுதியைப் பிரிக்கும் கற்பனைக் கோடாகத் திருஞானசம்பந்தர் மற்றும் திருநாவுக்கரசர் வாழ்ந்த கி.பி.7ஆம் நூற்றாண்டின் தொடக்கப் பகுதியைக் கருத்தில் கொள்ளலாம்.

அகஸ்தியர் சூத்திரங்கள்: ஒரு மோசடி

அகஸ்தியச் சூத்திரங்களின் காலம், பின்னணி மற்றும் உள்ளடக்கத்தை ஆராய்கையில், உறுதியான ஒரு முடிவு எட்டப்படுகிறது: அவை அனைத்தும் முற்றிலும் போலியானவை. இம்மிகப்பெரும் மோசடியை யாரோ ஒற்றை ஆள் செய்தார் என்பதற்கில்லை. காலம் காலமாக வெவ்வேறு நபர்கள், இன்று நாம் காணும் அகஸ்தியச் சூத்திரங்களின் சிறு சிறு பகுதியைச் சேர்த்தும் வெட்டியும் இம்மோசடியை அரங்கேற்றியிருக்கிறார்கள். தமிழ்மொழி வரலாற்றையும் இலக்கியத்தையும் படிப்பவர்களுக்கு இச்சூத்திரங்கள் குழப்பந்தரும் பெரும்வலியாய் உள்ளன. இது ஓர் அடிப்படை ஆதாரமற்ற குற்றச்சாட்டு என எண்ணவேண்டாம். நச்சினார்க்கினியரின் **சீவகசிந்தாமணி** உரையிலும், அடியார்க்குநல்லாரின் **சிலப்பதிகார** உரையிலும் மேற்கோளிட்டுக் காட்டப்படும் அகஸ்தியச் சூத்திரங்களின் மொழிநடையை அணுக்கத்தில் பார்த்தால், அதன் சீரற்ற தன்மை விளங்கும்.

1. "சாந்திக் கூத்தும் விநோதக் கூத்துமென் றாய்ந்துற வகுத்தன னகத்தியன் றானே."

2. "எழுவகைக் கூத்து மிழிகுலத் தோரை யாட வகுத்தன னகத்தியன் றானே."

3. “தக்கராக நோதிறங் காந்தாரம் பஞ்சமமே
துக்கங் கழிசோம ராகமே - மிக்கதிறற்
காந்தார மென்றைந்தும் பாலைத் திறமென்றார்
பூந்தா ரகத்தியனார் போந்து.”

பிற்கால உரையாசிரியர்கள், சூத்திரங்கள் எங்கிருந்து எடுத்தாளப்பட்டன எனச் சொல்லாமல் தம் உரைகளுக்கு இடையே அவற்றைப் பயன்படுத்தி அகஸ்தியர் எழுதியதாக நம்பவைக்கின்றனர் என எண்ணுவது சரியான முடிவாக இருக்குமா? மேற்கண்ட சூத்திரங்கள் அகஸ்தியரால் எழுதப்பட்டன என்றால், அவர் ஏன் மூன்றாம்நபர் போல் தன்னையே தம் நூற்பாக்களில் குறிப்பிட வேண்டும்? அகஸ்தியர்போல் மிகவும் மரியாதைக்குரிய, புகழ்பெற்ற துறவி ஒருவர், தனது படைப்புகளில் தற்பெருமை பேசுகிறார் என்பதை நம்புவது மிகவும் சிரமமாய் இருக்கிறது.

இக்குழப்பமான சூழலைக் கடந்து வருவதற்கு, மேற்கண்ட சூத்திரங்கள் எவற்றையும் அகஸ்தியர் எழுதவில்லை எனும் உண்மையைப் புரிந்துகொள்வது ஒன்றுதான் தீர்வாகும். அகஸ்தியர் மரபை ஏற்றுக்கொண்ட பிற்காலத்தவர்களே இவை அனைத்தையும் இயற்றினார்கள். உரைக்குறிப்புகளுக்கு இடையே கிடைக்கின்றன என்பதால், அகஸ்தியர்தான் இவற்றை எழுதினார் என நம்புவதற்கு இல்லை. மாறாகச் சந்தேகத்தைக் கூட்டும் வேலையைத்தான் இவை செய்கின்றன:

ஒன்று, சூத்திரம் இயற்றியவரின் பெயர் அதில் இல்லை. இரண்டு, அகஸ்திய மூலச் சூத்திரங்களைக் அடிப்படையாகக் கொண்டுதான், பிற்கால அடிப்பொடிகள் ஒட்டுகள் சேர்த்திருக்க வேண்டும். ஆனால் மூலச் சூத்திரங்கள் எவையேனும் கிடைக்கவில்லை.

எனவே உதிரியாகக் கிடைக்கும் இக்குழப்பச் சூத்திரங்களை, அதிகம் மெனக்கெடாமல் இலக்கிய மோசடிகளுக்கென்று உள்ள தனித்த இடத்தில் ஓரமாய் வைத்துவிடலாம். வலிமையான சான்றுகளும், மறுப்புக்காட்ட முடியாத ஆதாரங்களும் பெயர்த்தெடுக்கும்வரை அவை அங்கேயே உறங்கட்டும்.

பிற்காலத் தமிழ் இலக்கியத்தில் அகஸ்தியர் மரபு

மனித மனம் ஆச்சரியங்களை விரும்புகிறது. இன்றும்கூட அப்பழக்கம் மனிதர்களை விட்டுத் தூரப் போகவில்லை. அகஸ்தியர் மரபு தமிழ் நிலத்தில் வேரூன்றியபோது, ஆழ அகன்று காட்டுமரம் போல் வளர்ந்தது. பிற்காலத் தமிழ் இலக்கியங்களில், மேற்கோள்களால் குறிக்கப்படும் அகஸ்தியர் பற்றிய பாடல்களே அதன் வளர்ச்சிக்குச் சான்றளிக்கின்றன.

பன்னிருபடலம் பாயிரப் பகுதியில் பின்வரும் வரிகள் அமைந்துள்ளன:

"வீங்குகட லுடுத்த வியன்கண் ஞாலத்துத்
தாங்கா நல்லிசைத் தமிழ்க்குவிளக் காகென
வானோ ரேத்தும் வாய்மொழிப் பல்புகழ்
ஆனாப் பெருமை அகத்திய னென்னும்
அருந்தவ முனிவ னாக்கிய முதனூல்
பொருந்தக் கற்றுப் புரைதப வுணர்ந்தோர்
நல்லிசை நிறுத்த தொல்காப்பியன்."

புறப்பொருள் வெண்பாமாலை நூலின் பாயிரம்:

"மன்னிய சிறப்பின் வானோர் வேண்டத்
தென்மலை யிருந்த சீர்சால் முனிவரன்
றன்பாற் றண்டமிழ் தாவின் றுணர்ந்த
துன்னருஞ் சீர்த்தித் தொல்காப் பியன்."

அகப்பொருள் விளக்கத்தின் பாயிரப் பகுதி:

"பூமலி நாவன் மாமலைச் சென்னி
ஈண்டிய விமையோர் வேண்டலிற் போந்து
குடங்கையின் விந்த நெடுங்கிரி மிகைதீர்த்
தலைகட லடக்கி மலயத் திருந்த
இருந்தவன் றன்பா லியற்றமி ழுணர்ந்த
புலவர் பன் னிருவருட் டலைவ னாகிய
தொல்காப்பியன்."

திவாகர நிகண்டில் பின்வரும் பாடலடிகள் அமைந்துள்ளன:

"வருநற் கங்கை வடதிசைப் பெருமையுந்
தென்றிசைச் சிறுமையு நீக்கிய குறுமுனி
குண்டிகைப் பழம்புனற் காவிரிப் பெரும்பதி
யம்பற்கதிபதி."

அகஸ்திய மரபு தமிழ் இலக்கியத்தின் உயர்மட்டத்தை அடைந்து, அதன் பின்னரே எளிய வட்டாரங்களுக்கு வந்தடைந்தது என்பதற்கு இவையே போதுமான சான்றுகளாகும்.

தமிழ்ப் புராண இலக்கியத்தில் அகஸ்தியர் மரபு

இவற்றிலிருந்து விலகி, பிற்காலத் தமிழ்ப் புராண இலக்கியங்களைப் பார்த்தால், அகஸ்தியர் மரபு நன்கு கிளைபரப்பி நுணுக்கமான விவரணைகளோடு வளர்ந்திருப்பது தெரிகிறது. தொடக்கக் கால அகஸ்தியர் தொன்மக் கதைகளை எழுதியவர்கள் ஒருபோதும் எதிர்பாராத மாற்றம் இது. தமிழில் புராணக் கதைகளை முதலில் இயற்றியவர்கள் புலவர்கள் ஆகையால், தமக்கே உரித்தான படைப்புச் சுதந்திரத்துடன் வட இந்திய மரபுகளிலிருந்து கதாப்பாத்திரங்களை எடுத்தாளவும், தமிழ்ச் சூழலுக்குப் பொருத்திப் பார்க்கவும் முனைந்தார்கள். கந்தபுராணம் (அ), காசிகாண்டம் (ஆ), திருக்குற்றாலப் புராணம் (இ), திருவேங்கட தலபுராணம் (ஈ), திருநெல்வேலி தலபுராணம் (உ), குடந்தைப் புராணம் (ஊ), மயிலைப் புராணம் (எ), வேதாரண்ய புராணம் (ஏ),[29] முதலான பல நூல்களில் அகஸ்திய முனிவரின் பெருமையும் அற்புதங்களும் சொல்லப்பட்டிருக்கின்றன.

---

29 (அ) பார்க்க, அகத்தியப்படலம்
  (ஆ) ,, திருமணச்சருக்கம்
  (இ) ,, தேவர்கள் அகத்தியாசிரமம் அடைந்த சருக்கம்
  (ஈ) ,, அகத்தியர் திருமலை வலம் வந்த அத்தியாயம்
  (உ) ,, விந்தகிரிச் சருக்கம்
  (ஊ) ,, ப. 198
  (எ) ,, பொதியமாமலைச் சருக்கம்; தலவிசிட்டச் சருக்கம்
  (ஏ) ,, மணவாளக் கோலச் சருக்கம்

புராணப் படையின் அணிவகுப்புச் சேனை, உண்மையில் வியக்கத்தக்கதாய் இருந்தாலும், வரலாற்று ரவைகள் அற்ற வெற்றுத் துப்பாக்கிகளைத்தான் அவை ஏந்தியிருக்கின்றன. இதனால் வெற்றுக் குண்டுகளைப் போல் சத்தமும் புகையும் உண்டாகலாமே ஒழிய, ஒரேயொரு வரலாற்று உண்மைகூட அதன் இலக்கில் படாது. இன்னும் சில ஆய்வாளர்கள், அகஸ்தியர் மீதுள்ள மரியாதையினால் கவித்துவத் தொன்மங்களை வரலாற்று ஆதாரம் எனக் கொண்டாட விரும்புகின்றனர். பழமரபுக் கதைகளில் இருந்து வரலாற்றுத் துணுக்குகளைத் துப்புத் துலக்கும் சில ஆய்வாளர்களை முன்மாதிரியாகக் கொண்டு, புராண ஆசிரியர்களின் படைப்பு நிச்சயம் உண்மையைத் தழுவியது என்று வாதிடுகிறார்கள்.

நான் இங்குக் குறிப்பிட விரும்பும் சிக்கலை – அதைத் தீர்ப்பதற்கான வழிமுறையை – இவர்கள் முற்றிலும் தவறாகப் புரிந்துகொள்கின்றனர். தரவுகளை உய்த்தறி முறையின் மூலம் விவரித்து உண்மை கண்டறியும் பரிசோதனைகள் அறிவியல் புலங்களில் பயன்தரலாம். ஆனால் புனைவுப் படைப்புகளில் இவ்வறிவியல் முறையைக் கையாளும்போது, கற்பனையான கருத்தேற்றங்களே மிஞ்சும். அறிவியல் அணுகுமுறையைப் பின்பற்றினாலே, உண்மையல்லாதன உண்மையாகும் என நிரூபிக்கலாம் என்று முயலக் கூடாது.

அறிவியல் ஆய்வின் இவ்வடிப்படை உண்மையை, வழக்கத்தைப் பலரும் புரிந்து கொள்ளாதது ஆச்சரியமளிக்கிறது. ஆய்வு மூலங்களின் நம்பகத்தன்மையைவிட, தரவுகளின் எண்ணிக்கையிலே மதிமயங்கிக் கிடக்கின்றனர். அவை அற்பமான தரவுகளாய் இருந்தாலும் கவலையில்லை. ஆனால் நூறு குரல்கள் தொடர்ச்சியாக ஒரு பொய்யைப் பிரச்சாரம் செய்வதால், எண்ணிக்கை அடிப்படையில் அங்கீகாரம் பெற்று உண்மையாகிவிடாது.

உய்த்தறி முறையைப் புனைவுகளில் பின்பற்ற வேண்டும் என்றால் புலவர்கள், புராண ஆசிரியர்கள் உருவாக்கிய கதாப்பாத்திரங்கள் அனைத்தும் உண்மை எனச் சொல்லவேண்டி வரும். ஷேக்ஸ்பியர், ஃபால்ஸ்டாப் எனும்

கதாப்பாத்திரத்தின் வரலாற்றைத் தொடர்ச்சியாக மூன்று நாடகங்களில் எழுதியிருக்கிறார். எனில் ஃபால்ஸ்டாப் [Falstaff] எனும் கதாப்பாத்திரம் உண்மையில் இருந்திருக்க வேண்டுமா என்ன? அதேபோல் ஷெர்லாக் ஹோல்ம்ஸ் எனும் கதாப்பாத்திரம் ஏராளமான சாகசங்கள் செய்து, மயிரிழையில் உயிர்த் தப்பியிருக்கிறான். உண்மையில் அப்படியொரு துப்பறிவாளர் இல்லாதபோது, இதெப்படி சாத்தியப்படும்?

இவ்விரு கதாப்பாத்திரங்களின் சாகச அருஞ் செயல்களைப் பார்த்தால், புலவர்கள் மற்றும் புதின ஆசிரியர்களின் கவித்துவ மேலொட்டுகளை விலக்கும்போது புனைவு மையம்கொண்டுள்ள மெல்லிய வரலாற்று உண்மை வெளிச்சத்திற்கு வரும் எனச் சிலர் நம்பக்கூடும். புராணக் கதைகளைக் கொண்டு வரலாற்று ஆராய்ச்சி செய்யலாம் என வாதிடும் அறிஞர்களின் அதே தர்க்கக் குரல்தான் இது. இம்முயற்சியைப் பார்க்கும்போது [ஜோனத்தன் ஸ்விப்ட் எழுதிய 'கலிவரின் பயணங்கள்' நாவலில் வரும்] லகாடோ பல்கலைக்கழகத்தின் மதிப்பிற்குரிய பேராசிரியர்கள், வெள்ளரிக்காயிலிருந்து சூரியக் கதிர் ஆற்றல் எடுக்கும் தீவிர முனைப்பு நினைவிற்கு வருகிறது.

அகஸ்தியரைத் தெய்வீக நிலைக்கு உயர்த்துதல்

அகஸ்தியர் புலவர்களிடமிருந்து கைமாறி, பொதுமக்களின் நம்பிக்கைக்குள் சென்றபோது, அவரைச் சுற்றி உடனடியாக ஒரு தெய்வீக ஒளிவட்டம் உருவானது. வரலாறு நெடுக, எல்லாப் பண்பாட்டிலும் சமூக உளவியலுக்கென்று ஒரு பண்பு உண்டு – மக்கள் தீவிர ஓர்நிலை முடிவைத்தான் எப்போதும் கைப்பற்றியிருக்கின்றனர்.[30] பொறுமையுடன் இருபக்கமும் தீர விசாரித்துத் தார்மீக முடிவெடுக்கும் நிலை எப்போதும் இருந்ததில்லை. ஒன்று, உடனடியாகப் புனிதப் பிம்பம் கட்டி தெய்வீக நிலைக்கு உயர்த்துவார்கள்; இல்லையெனில் மோசமாகச் சித்திரித்து இழிநிலைக்குத் தள்ளுவார்கள்.

---

30 “மக்கள் கூட்டம் எளிதில் மாறும் இயல்புள்ளது. அதன் முடிவுகள் சீரற்றவை. மனவலிமையோடு கூட்டாக முடிவெடுக்கும் ஆற்றல் அவர்களுக்கு கைக்கூடவில்லை. இதனால்தான் ஒரு விளிம்பிலிருந்து மற்றொரு விளிம்பிற்கு எளிதில் மாறும் தன்மை பொதுவில் அமையப்பெற்றிருக்கின்றனர். ஒருவரை ஒரு கணத்தில் தலைமேல் ஏற்றிக் கொண்டாடவும், மற்றொரு கணத்தில் சவக்குழியில் இட்டு மிதிக்கவும் முடிகிறது; கடும் கோபம் கொண்ட ஒருவர்மேல், அடுத்த கணமே கண்ணீர் சொரியும் மகிழ்ச்சியை வெளிப்படுத்த முடிகிறது.”

– வில்லியம் மெக்டுகல், ‘Group Mind’

கூட்டாக முடிவெடுக்க போதுமான கட்டுப்பாடு நிலைகள் இல்லாதது, மக்களின் மனத்தை முன்னறிந்து கூற முடியாத நிலைக்குத் தள்ளுவதுபோல், பொதுத்தள உரையாடல்களும் முறையான நீதிபோதனை விவாதங்களும் இல்லாதது மக்கள் தம் தவற்றைத் திருத்திக்கொள்ளாமல் ஒருதலைப் பட்சமான நடைமுறை வழக்கங்களைப் பின்பற்றவே வழிவகுக்கிறது.

எனவே, புகழ்பெற்ற அகஸ்தியர் தொன்மம் உடனடியாக இறைநிலைக்கு ஏற்றப்பட்டு, மக்களின் ஏகோபித்த வழிபாட்டுச் சடங்கில் இடம்பெற்றது இயற்கை நிகழ்வுதான். அவரின் புகழ் நாட்ட, குமரி முனையில் இருந்து நான்கு – ஐந்து மைல் தூரத்தில் எழுப்பப்பட்ட அகஸ்தீஸ்வரம் எனும் கோயில் இன்றும் உள்ளது. தற்போது அக்கோயில் வழிபாட்டு மரபிலிருந்து பிறழ்ந்து விட்டாலும், ஒரு காலத்தில் பெரும் அளவிலான பக்தர்களுக்கு முக்கியத் தளமாக இருந்திருக்கும். தென் திருவிதாங்கூரில்[31] அகஸ்தீஸ்வரம் கோயில் அமைந்திருக்கும் வருவாய்க் கோட்டம், இன்றும் அகஸ்தீஸ்வரம் தாலுக்கா என்றே அழைக்கப்படுகிறது. இக்கோயிலின் புகழ் உச்சத்திலிருந்திருக்க வேண்டும் என்பதற்கு இதுவுமொரு சான்று. மேலும் அங்குள்ள உள்ளூர் சமூகங்கள் – குறிப்பாக நெசவாளர்கள் – அகஸ்தியரைத் தங்கள் இனக்குழுக் கடவுளாகக் கருதி அன்றாடம் வழிபாடு நடத்துகின்றனர்.

காலவோட்டத்தில், மற்றொரு சமய வழிபாட்டு மரபும் அகஸ்தியர் தொன்மத்தோடு இணைந்துகொண்டது. முன்பு தென்னிந்தியாவில் தோன்றிய நாயன்மார்களின் பக்தித் திறத்தைப் பின்னாளில் சைவ சமயச் சிந்தாந்த அறிஞர்கள், துலக்கமாக எடுத்தியம்பினர். இறைவன் ஒருவனே ஏக குரு. படைக்கப்பட்ட புண்ணிய உயிர்களுக்கு ஞானம் வழங்கி, கரும வினைகளிலிருந்தும், பிறவித் துன்பத்திலிருந்து விடுதலைக் கொடுத்து, முக்திக்கு அனுப்பிவைப்பார் என்று விவரித்தனர். சிவபெருமான் மீது ஏற்றப்பட்ட இச்சிறப்பு ஏற்பாடே, கருணைத் தத்துவமாக சைவ சித்தாந்தத்தின் முக்கியக் கோட்பாடுகளுள் ஒன்றாகப் பின்னாளில் மாறிப்போனது. இன்று இம்மரபைத் தென்னிந்தியாவில் அநேகர் பின்பற்றுகின்றனர்.

---

31 தஞ்சாவூர் மாவட்டத்தின் திருமறைக்காடு எனும் ஊரிலிருந்து தெற்கு முகமாய் இரண்டு மைல் தள்ளி, திரு-அகத்தியன்பள்ளி என்றொரு கிராமம் இருக்கிறது. அகஸ்தியர், இங்கு சிலகாலம் தவம் புரிந்ததாகச் சொல்கின்றனர். சைவ அடியார் திருஞானசம்பந்தரின் திருத்தலப் பயணத்திற்குள் இப்பகுதி வருவதோடு, அவர் பாடல் ஒன்றிலும் குறிப்பிடப்படுகின்றது.

பிற்காலத்தில் குரு-பக்தி எனும் ஒழுக்கம், சைவ சமயத்தின் முப்பெரும் வழிபாட்டு முறைகளுள் ஒன்றாக வலியுறுத்தப்பட்டது. இதனால் அகஸ்தியர் மரபு நன்கு ஊட்டம் பெற வாய்ப்பமைந்து, மக்கள் மத்தியில் பரவலானது. மனிதனுக்கும் இறைவனுக்கும் இடையே பாலம்போல் செயல்படும் அகஸ்தியர் போன்றதொரு ஆச்சாரியரை, சிவனின் அம்சம் எனச் சொல்வது எளிமையான காரியமன்றோ? அவரே தலைமைக் குருவாகவும், தெய்வத்தன்மை வாய்ந்த ஆசிரியராகவும் அங்கீகரிக்கப்பட்டார்.

மரபுவழாத சைவர்கள் எவரும், சமயக் குருவைப் பகைத்துக் கொண்டு முக்திக்குச் செல்லும் பாதையைத் திரையிட்டு மூட விரும்பமாட்டார்கள். ஒருகட்டத்தில் சிவனே மனித உருவம் தரித்து, முக்திக்கான வழிகாட்டியாய் நேரில் வந்து அருள் செலுத்துவார் என்பது அவர்கள் நம்பிக்கை. இங்ஙனம் அகஸ்திய முனிவர், சிவ மூர்த்தத்துடன் ஒருங்கிணைந்த அடையாளமாக வளர்ச்சி பெற்றார். சைவ சமய எழுச்சியில் உடன் ஒட்டிக்கொண்ட அகஸ்திய முனி, தமிழ் நிலத்தில் தெய்வீக நிலையின் உச்சத்தை எட்டிப்பிடித்தார்.

Journal of Mythic Society எனும் இதழில், திரு. கங்கூலி எழுதிய கட்டுரையின் சாரத்தைப் பின்வருமாறு பகிர்கிறேன். கிழக்கிலுள்ள மலாய்த் தீவுகளில், சைவ சமயத்தின் தொடக்கக் கால வளர்ச்சிநிலை குறித்து அக்கட்டுரை புது வெளிச்சம் பாய்ச்சுகிறது. ஜாவா தீவில், "சிவ குரு", "திரிசூலம்" என்று அழைக்கப்படும் உருவங்கள், அகஸ்தியரின் மாதிரி வடிவமாய் அம்மக்கள் வழிபாட்டில் இருந்தமை கண்டறியப்பட்டுள்ளனவாம். முதல் சைவ அடியாராக வந்து, அப்பகுதியின் சைவ சமய வளர்ச்சிக்கு வித்திட்டவராக அகஸ்தியர் அறியப்படுகிறார். சைவ சமயத்தின் கோட்பாடுகளும் தத்துவங்களும் மெய்கண்ட தேவநாயனார் போன்றோர்களால் பிற்காலத்தில் வளர்த்தெடுக்கப்பட்ட பிறகு, அகஸ்தியர் தொன்மம் சைவ சமயத்தோடு தம்மை இணைத்துக் கொண்டது ஏன் எனும் கேள்விக்கும், எங்ஙனம் பலம் பெற்றது எனும் கேள்விக்கும் முந்தைய செய்தி

பதில் சொல்கிறது. பெரும் அடியார்களுக்கு மத்தியில், தேவாரப் பாடல்களைத் தொகுப்பதற்கு ஏன் அகஸ்தியர் தேர்ந்தெடுக்கப்பட்டார் என்பதில் அக்காலச் சமயநிலையின் போக்கு உள்ளது.

அதேபோல் ஜாவா தீவிலும், அகஸ்தியரின் பெயர் 'சிவ' அல்லது 'சிவ குரு' என்ற மட்டில் வழங்கப்படுவது, தனித்த சமய மரபாக வளர்ச்சி பெற்றதன் அடையாளத்தைக் குறிக்கிறது. இதன் விஷயத்தில் ஆச்சரியங்கொள்ளும்படி, புகழ்பெற்ற டச்சு நாட்டுத் தொல்லியல் அறிஞர் டாக்டர் வோகல் ஆதாரப்பூர்வமான நிரூபணங்களை வெளியிட்டுள்ளார். 'சிவ குரு' படங்களைப் பரிசோதனைக்காக அவருக்கு அனுப்பியபோது, அனைத்திலும் திரிசூலம் இருந்ததால் அவை சிவ உருவம்தான் – அகஸ்தியருக்கும் அதற்கும் தொடர்பில்லை என்று திட்டவட்டமாகச் சொல்லிவிட்டார். எனது சொந்தப் பரிசோதனையிலும் அவை சிவ உருவம்தான்; டாக்டர் வோகலின் தீர்மானம் சரியே என்று கண்டடைந்தேன்.

மேலும் அக்கட்டுரையின் 58ஆவது பக்கத்தில் உள்ள பெர்கெய்னின் Sanskrit Inscriptions of Champa கட்டுரையின் சாரத்தில், அகஸ்தியர் சிவலிங்க வழிபாட்டை ஊக்குவிக்க கம்போடியா பயணித்தது தெரிகிறது. அங்கு ஶ்ரீ பத்ரேஸ்வரா எனும் பெயரில் சிவலிங்க வழிபாடு நடந்துவருகிறது. ஜாவா தீவில் கண்டெடுத்த சிவகுரு உருவங்கள், பட்டாரக குரு என்றும் வழங்கப்படுகின்றன. கம்போடியாவின் பத்ரேஸ்வரரும், ஜாவா தீவின் பட்டாரகரும் ஒன்றுபோல் காட்சியளிப்பது குறிப்பிடத்தகுந்த விஷயம். அநேகமாய் இவை ஒரே பெயரின் மாறுபட்ட வடிவமாய் இருக்கலாம்[32]. சம்ஸ்கிருத அறிஞர்கள்தான் இதற்குத் தீர்வளிக்கவேண்டும்.

காலப்போக்கில் அகஸ்தியர் தெய்வ அந்தஸ்து பெற்றுவிட்டதால், மக்கள் அவரை மரியாதைக்குரிய நபராகப்

---

32 மேற்கண்ட வார்த்தைகளுக்கு சர் மானியர் வில்லியம்ஸின் அகராதி பின்வருமாறு விளக்கமளிக்கிறது:

பத்ரேஸ்வரா - சிவலிங்கம் அல்லது பல்வேறு சிலைகள்
பட்டாரகா - பௌத்த பிக்குகள் மற்றும் சைவ அடியார்கள்.

பாவித்தனர். பரவலான வழிபாட்டு மரபுகளால், அகஸ்தியர் எனும் வரலாற்றுப்பூர்வ மனிதரின் ஆளுமையைப் 'பத்தாயிரம் அடி ஆழக் குழிக்குள்' புதைத்து, எண்ணற்ற தொன்மங்களும் அதிசயிக்கத்தக்கக் கதைகளும் தோன்றின. எளிய மக்களும், படித்த சான்றோர்களும் இவ்விஷயத்தை ஒன்றுபோலவே உள்வாங்கி, காலாகாலத்திற்குப் பல தொன்மங்களைக் கூட்டுவித்ததை நினைத்து ஆச்சரியப்பட வேண்டாம். ஒவ்வொரு நூற்றாண்டிலும், அகஸ்தியர் பற்றிய தொன்மக் குவியலில் ஏதோவொரு புதுச் செய்தி சேர்ந்துகொண்டது. இன்றைய வளர்ச்சிநிலையைப் பார்க்கையில், குறைந்தது ஆயிரம் ஆண்டுகளுக்கு முன்பிருந்தே இம்மரபு தொடங்கியிருக்கவேண்டும் என அறிகிறோம். எனினும் மக்களின் கூட்டு உளவியலை ஆராய்கையில், இக்கணக்கீடு தீர்க்கமான முடிவுக்கு அழைத்துச் செல்லும் எனச் சொல்வது கடினம்.[33]

ஒரு புவியியல் அறிஞர், நதியின் தொன்மத்தைக் கணக்கிடுவதற்கு வண்டல் மண் அடுக்குகளின் எண்ணிக்கையைக் கணக்கில் கொள்வது சரியான அணுகுமுறை. ஏனெனில் இயற்கை வழக்கம் மாறாமல் உருவாக்கிய ஓர் அமைப்பில், அறிவியல் பூர்வமாய் நம்பிக்கைச் செலுத்துவது சரியான வழிமுறை. ஆனால் ஒரு நாட்டின் எண்ணவோட்டத்தையும், வரலாற்றையும் கணக்கிடுகையில் இம்முறையைப் பிரயோகிக்க முடியாது. நூற்றாண்டுக் கணக்கான தேக்கத்தைத் திடீர் வளர்ச்சியும், எதிர்பாராத கண்டுபிடிப்புகளும் புரட்டிப் போடலாம். மிக்க திறன்வாய்ந்த வரலாற்றாசிரியர்களே இத்திடீர் மாற்றங்களுக்கான காரணத்தைப் புரிந்துகொள்ளவும்

---

33 ஒரு கதை வழக்காறு, அது வழங்கப்படும் சூழலைக் கொண்டும் அதன் தரத்தைக் கொண்டும், உருவான காலம் பற்றிய தோராய உருவத்தைக் கொடுக்கலாம். ஆனால் எவ்விதத்திலும் கால நிர்ணயத்திற்கு உதவி செய்யாது. நாட்டார் வழக்கிலுள்ள முத்துப்பட்டன் மற்றும் மதுரைவீரன் தொன்மக் கதைப் பாடல்களும்; கர்நாடகப் போரைச் சார்ந்த ஜெய் சிங் மற்றும் கான் சாகிப் கதைப்பாடல்களும்; திருநெல்வேலி பாளையக்காரர் புரட்சிக்குட்பட்ட கட்டபொம்மன் மற்றும் ஊமைத்துரை கதைப்பாடல்களும் வெவ்வேறு காலத்தைச் சார்ந்தவை என்றாலும், இதிலுள்ள நவீனப் படைப்புகளில் கூட பழந் தொன்மங்கள் ஏற்றுவிக்கப்பட்டுள்ளது தெரிகிறது. எனவே ஒரு தொன்மத்தின் பிரம்மாண்டத் தன்மையை மட்டும் வைத்துக்கொண்டு, கால நிர்ணயத்திற்குள் இறங்கிவிடக்கூடாது.

விளக்கம் சொல்லவும் தடுமாறுகிறார்கள். அகஸ்தியர் தொன்மத்தை அறுதியிடுவதில் உள்ள நிச்சயமற்ற காரணிகள் ஒருபுறம் இருந்தாலும், பழங்கால இலக்கியச் சான்றுகள் சொல்வதிலிருந்து இத்தொன்மக் கதையை கி.பி. 5ஆம் நூற்றாண்டுக்கு முன்பு நகர்த்திச் செல்ல நிச்சயமாக ஒருவழியும் இல்லை.

சாத்தியமற்ற உட்கட்டுமானங்கள்

அகஸ்தியர் மரபைத் தொடக்கம் முதல் நவீனகாலம் வரை முழுமையாகப் பார்க்கையில், அது கற்பனைகளால் எழுப்பப்பட்ட பிரம்மாண்ட கோட்டைபோல் உள்ளது.

முதலில், அகஸ்தியர் தமிழ்நிலத்திற்கு ஏன் வந்தார் எனும் கேள்விக்குச் சொல்லப்படும் காரணம் நம்பத்தகுந்ததாய் இல்லை. அக்கதையில் பல விஷயங்கள் இட்டுக்கட்டப்பட்டுள்ளன. பூமியின் தென்பகுதியை வடக்கின் நிலைக்குச் சரிசமானமாக சமன் செய்ய, சிவபெருமான் அகஸ்தியரை அனுப்பினார் என்று சொல்லப்படுகிறது. பூமியின் ஒருபகுதி சரிகிறது, மற்றொரு பகுதி மேலெழும்புகிறது எனச் சொல்லப்படும் நாகரிக முதிர்ச்சியற்ற கதை – இது புவியியல் காரணங்களால் ஏற்படவில்லையாம். இமயமலை உச்சியில் உள்ள சில தேவலோக ஆட்களின் எடை மிகுதியால் ஏற்பட்டதாம் – குழந்தைத் தனமாக இருக்கிறது. இதை எப்படி புறக்கணியாமல் ஏற்றுக்கொள்வது?

இரண்டாவதாக, தென்னகத்தில் அகஸ்தியர் குடியிருந்ததாகச் சொல்லப்படும் இடங்களின் எண்ணிக்கை அநேகம் உள்ளன. ஒன்றிலிருந்து மற்றொரு இடத்திற்குச் செல்ல வெகு தூரம் போகவேண்டும். இதில் வரலாற்றுப் பூர்வ சாத்தியப்பாடுகள் மிகக் குறைவு. தொடக்கத்தில் விந்திய மலைத்தொடரின் தெற்கு விளிம்பில் வாழ்ந்தார் என்று சொல்லப்பட்டது. பிறகு, சாத்பூரா மலைத்தொடரின் வைதுரிய மலையிலும், பாதாமிக்கு அருகிலுள்ள மலக்குட்டாவிலும்,

பாண்டிய நாட்டிலுள்ள பொதியில் மலையிலும், இறுதியாக கடல்கடந்து சென்று சுமத்ராவின் மலயா மலையிலும், சியாம் மற்றும் கம்போடியா நாடுகளிலும் வாழ்ந்ததாகச் சொல்கின்றனர்[34]. இந்தியத் தீபகற்பத்திலுள்ள இத்தனை விதமான மலைத்தொடர்களையும் பரந்துபட்டுத் தேர்வு செய்து, தனியொரு மனிதரால் குடியேற முடியுமா? கடல்கடந்து சென்று தொலைதூரக் கிழக்கு நாடுகளில் இருப்பிடம் அமைக்க முடியுமா?[35]

மூன்றாவதாக, அகஸ்தியரின் ராஜ பாரம்பரிய நெருக்கம் பற்றி ஓர் உள்முரண் தோன்றுகிறது. குஜராத்தின் வடக்குப் பகுதியிலுள்ள [36]இலதா எனும் பிரதேசத்தை ஆட்சி செய்த கீர்த்திராஜா எனும் சாளுக்கிய மன்னருக்கும், தொலைதூர தெற்கில் உள்ள பாண்டிய மன்னருக்கும்[37] ராஜ ஆலோசனை வழங்கும் சமய குருவாக இருந்திருக்கிறார். ஆனால் முறையான சாலைகளும், போக்குவரத்து வசதியும் இல்லாத பழங்காலத்தில், தொலைதூர பிரதேசங்களில் வாழும் இரு மன்னர்களுக்கு எங்ஙனம், அவர் சேவகம் செய்திருக்க

34 திரு. கங்கூலி என்பார் Journal of Mythic Society, தொகுதி XVIIIஇல், அகஸ்தியர் பற்றி எழுதிய கட்டுரையொன்றில் பின்வரும் குறிப்புக் காணக்கிடைக்கிறது. "ஆரிய நிலத்தில் பிறந்த பிராமண அகஸ்தியர், சிவ வழிபாட்டில் தம்மை ஈடுபடுத்திக்கொண்டு, தம் தெய்வீக ஆற்றலால் கம்போடியா சென்று, அங்குள்ள பத்ரேஸ்வரா எனும் சிவலிங்கத்தை வழிபட்டார். நெடுங்காலம் அங்கு வழிபாடு செய்துவந்த அவர், முதுமையில் முக்தியடைந்தார்." - பெர்கெய்ன் எழுதிய Sanskrit Inscriptions of Champa, 1893, LXV, p. 360

35 வெவ்வேறு நாடுகளில் அகஸ்தியர் தங்கியிருந்த இடங்களின் நீண்ட பட்டியலைப் படிக்கையில், நம்மை அறியாமல் சலிப்புத் தட்டுகிறது. மலையத்வீபத்தில் உள்ள மஹாமலாய மலையும் சுமத்ராவில் உள்ள மலயானி மலையும், தென்னிந்தியாவில் அவர் வாழ்ந்த மலக்குட்டா மற்றும் மலயா மலைக் கதைகளின் புது வடிவமாகத் தோன்றுகிறது. எங்கெல்லாம் முகில் முட்டும் மலைகள் தெரிகிறதோ, அங்கெல்லாம் அகஸ்தியரை அமர்த்திப் பார்க்க வேண்டும் என்ற வேட்கை இருந்துள்ளது. பெரும் சிறப்பு வாய்ந்த அகஸ்திய ரிஷியின் நிழல் படாத மலையென்று எதுவொன்றையும் விட்டுவைக்கக் கூடாது என புராண ஆசிரியர்கள் கண்ணும் கருத்துமாக இருந்துள்ளனர்.

36 பார்க்க, Journal of the Mythic Society, Vol. XVIII, p. 68

37 பார்க்க, சின்னமனூர்ச் செப்பேடு (அகஸ்தியரிடம் சுந்தர பாண்டிய மன்னன் சிஷ்யனாக இருந்ததாய் குறிப்பு உள்ளது)

முடியும்?

நான்காவதாக, நம் சாதாரணக் கண்களுக்கு அகஸ்தியரின் சாதனைகள் அனைத்தும் மனித ஆற்றலுக்கு அப்பாற்பட்டவையாகத் தெரிகின்றன. மனிதனின் நம்பிக்கை ஆற்றலைக் கேள்விக்கு உட்படுத்துகின்றன. வரலாற்றிலிருந்து அகஸ்தியரைப் பெயர்க்க முடியாத மனிதராக ஏற்றுக்கொள்ளச் செய்த ஏற்பாடுகள், அவரை ஒரு சராசரி மனிதர் என்று நம்புவதற்கே தடைக்கல்லாகின.

ஐந்தாவதாக, தென்னகம் மற்றும் கீழைத் திசையில், தனி மனிதராக முன்னின்று ஆரியக் கலாச்சாரத்தைப் பரப்பினார் என்று அகஸ்தியர்மேல் பொருத்தப்படும் கேடயம், கடும் விமர்சனங்களை எதிர்கொள்கிறது. மகாராஷ்டிரா, கர்நாடகா, தமிழ்நாடு, மலாய் தீவுகள், சியாம் மற்றும் கம்போடியா என்று ஒவ்வொரு பகுதியிலும் குறைந்தபட்சம் ஒரு நூற்றாண்டு காலமேனும் ஆரியக் கலாச்சாரப் பரவலுக்குத் தேவைப்பட்டிருக்கும். தோராயமாக நூறு ஆண்டுகள்வரை வாழும் எப்பேர்பட்ட மனிதனும், இவ்வசாத்திய பணியைத் தனியாளாகச் செய்திருக்க முடியாது. மேற்கொண்டு எல்லாப் பகுதியிலும் ஒரே காலத்தில் அல்லது ஒரே நூற்றாண்டுக்குள் ஆரியமயமாக்கல் நடந்ததாக வரலாற்றுக் குறிப்புகள் இல்லை. அகஸ்திய மரபை இயன்றபடியே ஏற்றுக்கொள்வதில் பல சிக்கல்கள் உள்ளன. இவை அவற்றுள் சில.

முன்பு சொன்ன இரு சோதனை மாதிரிகளை இங்குப் பரிசோதித்துப் பார்ப்போம்.

1. கடந்த காலத்திலிருந்து அறுபடாத தொடர்ச்சி
2. முரண்பாடில்லாத கதையோட்டம்.

ஆனால் துரதிருஷ்டவசமாக, இரண்டு பரிசோதனையிலும் அகஸ்தியர் தொன்மம் முழுமையாக அடிவாங்குகிறது.

அகஸ்தியர் - ஒரு வரலாற்றுத் தனியர்

அகஸ்தியரைத் தொன்மக் கதாப்பாத்திரத்தில் இருந்து விடுதலை செய்து, வரலாற்று நாயகராகக் கட்டமைக்கும் முயற்சிகளில் சிலர் ஈடுபட்டுள்ளார்கள். கடந்த காலத்தில் மகா அலெக்சாண்டருக்கு இதுபோல் நிகழ்ந்திருக்கின்றது. திரு. ஓ.கூ. கங்கூலி Journal of the Mythic Society இதழில் எழுதிய கட்டுரையில், தட்சிணபாதத்தில் ஆரியக் கலாச்சாரத்தைப் பரப்ப வந்த முன்னோடித் தலைவர் என அகஸ்தியரைக் குறிப்பிடுகிறார்.

ஐரோப்பா, ஈரான், வட இந்தியா போன்ற பிரதேசங்களில் ஆரிய ஊடுருவல், ஒற்றைத் தலைவரின் வழிகாட்டுத் தலைமையின்றி நடந்தேறியது ஆச்சரியமான நிகழ்வு. ஆனால் தென்னிந்திய குடிப்பெயர்வுக்கு மட்டும் ஒற்றைத் தலைவரின் வழிகாட்டுதல் தேவையென்று உணரப்பட்டது. இக்கடைசி இடப்பெயர்வுதான் இறுதியானது என்பதால், அகஸ்தியரின் பெயர் மட்டும் அழியாது நிலைத்திருக்கலாம்.

எனினும் பெரிய அளவில், ஒரு சமூகமாக மேற்கொண்ட பணிகளையும் அதற்கான மூலங்களையும் ஒற்றை நபரின் பங்களிப்பாகப் புனைந்து எழுதியது ஏற்றுக்கொள்ளக் கூடியதன்று. பெரும் அளவிலான இடப்பெயர்வும், கலாச்சார மாற்றமும் அப்போதிருந்த சமூக நிலையினால் ஏற்பட்டிருக்க வேண்டும். அதைவிட்டொழித்துத் தனி மனிதர் ஒருவரின் செயலால் – எப்பேற்பட்ட மனிதராக இருந்தாலும் – உருமாற்றம் அடைந்துவிடும் எனக் கருதுவது நகைப்புக்குரிய

சித்தாந்தம். சில சந்தர்ப்பங்களில் வலிமையான தேசியத் தலைவர்களும், சமுதாயத் தலைவர்களும் எழுச்சிபெற்று முக்கியப் பாத்திரமானால், தனி நபரின் வரலாற்று ஆளுமை எனக் கணக்கிடக் கூடாது. அந்தந்தக் காலத்தின் கட்டாயத் தேவையை உணர்ந்து அதற்காகத் தம்மை அர்ப்பணித்துக்கொண்ட மனிதராகவே கருதவேண்டும்.

இராணுவத் தந்திரத்திற்குப் பெயர்போன, மகா அலெக்சாண்டர் மாதிரியான பெரும் மன்னர்கள்கூட தம் படைவீரர்கள் ஒத்துழைப்பு இல்லாமல் இந்தியாவின் மையப் பகுதிக்குள் ஊடுருவ முடியவில்லை. தம் வீரர்களின் காலடித் தடயங்களைப் பின்தொடர்ந்து நடையைக் கட்டினார். வரலாற்று மாந்தர்களைத் தம் இஷ்டத்திற்கு ஏற்றாற்போல் விதியை மாற்றியமைத்து இலட்சக்கணக்கானோரின் வாழ்வை உருமாற்றும், தனித்த, அதிகாரப் பிம்பங்கள் என்ற ரீதியில் வாசிக்கக்கூடாது. மாறாக, தான் வாழும் காலத்தின் முதன்மைப் பிரதிநிதியாக, தேசிய மற்றும் சமூக விருப்பு வெறுப்புகளின் குரல்வளையாகச் செயல்படும் ஓர் அதிகாரியாகக் கற்பனைச் செய்ய வேண்டும்.

ஒவ்வொரு நாட்டின் பண்டைய வரலாற்றிலும் நிறைய கதாநாயகர்கள் உள்ளனர். ஆனால் அந்நாயகர்களின் வாழ்வு எவ்வகையில் வாசிக்கப்படுகிறது என்பதில்தான், அவர்கள் எப்படி புரிந்துகொள்ளப்படுகிறார்கள் என்பது நிச்சயமாகும். பண்டைய காலத்தில் வரலாறு என்பது கவித்துவ அலகில் கையாளப்பட்ட கருவி. தனி மனிதர்களின் புகழ்பாடுவதே அதன் நோக்கம். ஆனால் இன்றைக்கு அறிவியல் முறைகளின் வளர்ச்சியால், வரலாற்றை அணுகும் கோணமும் மதிப்பிடும் முறையும் மாறிவிட்டன. பண்டைய காலத்தில் தனி மனித வாழ்க்கைக்கு அதிக முக்கியத்துவமளித்து, வரலாற்றுப் போக்கை மாற்றியமைத்ததாக ஒருசிலரை மட்டும் சராசரி மனிதர்களைக் காட்டிலும் உயர்ந்த ஸ்தானத்தில் வைத்து மதிப்பிட்டனர். அறிவியல் முறை வரலாற்றாசிரியர்கள், கதாநாயக வழிபாட்டுக்கு முற்றுப்புள்ளி வைத்து, அவர்களுக்குள் செலுத்தப்பட்ட அசாதாரண சக்திகளைப் பிடுங்கி, சமூகச் சூழல் பின்னணியில் ஆராயத் தொடங்கினர்.

வரலாற்று நாயகர்களின் ஆளுமையை உருவாக்கிய சமூகத் தாக்கங்கள், சவால்கள், அழுத்தங்கள் என்னவென்று எழுதினார்கள்.[38] கண்மூடித்தனமான வழிபாடுகளுக்கு அறிவியலில் இடமில்லை. அதில் துலக்கமான விவரணையின் மூலமே புரிதல் உண்டாகும். மூட்டைக்கட்டப்பட்ட மர்மத்தின் கடைசி முடிச்சில் உள்ள இறுதி நூலிழை அவிழ்க்கப்படும்வரை, உண்மை உணரப்படும்வரை எவரொருவரையும் நலம் பாராட்ட அறிவியல் முறை ஒத்துழைக்கவில்லை.

பல ஆண்டுகளுக்கு முன் நடந்த தேசிய முக்கியத்துவம் வாய்ந்த நிகழ்வுகளைப் புரிந்துகொள்ள முயலும்போது, அக்காலச் சமூகச் சூழலின் பின்னணி குறித்து நமக்குப் போதுமான அறிவு கிடையாது. ஆகவே நம் மூளை, அக்காலவெளியில் புனைந்து கூறப்பட்ட அல்லது உண்மை தழுவி உருவாக்கப்பட்ட ஒருவரைக் கதாநாயகப் பிம்பத்திற்கு ஏற்றி, அப்போது நடைபெற்ற அனைத்து முக்கியகரமான நிகழ்வுக்கும் அவரைச் சார்ந்தே யோசிக்கத் தொடங்கும். இதுபோன்று கதாநாயகர்களை உருவாக்கும் வழக்கம் கவித்துவ அளவில் திருப்திப்படுத்தலாம், பாராட்டுப் பெறலாம். ஆனால் துல்லியம் நிறைந்த உண்மை வரலாற்றை எழுதுவதற்குத் தடையாக நிற்கும்.

---

38 "தியோடர் மெர்ஸ் தனது தலைசிறந்த படைப்பின் நான்காவது தொகுதியில், உயிரினங்கள், மனிதர்கள் மற்றும் நிறுவனங்களை எங்ஙனம் தொகுத்துப் பார்ப்பது என மிக அழகாக விளக்குகிறார். மேற்சொன்ன எதுவுமே தனியன் அல்ல. தன்னளவில் முழுமைபெற்ற அரைகுறைகள். அளவிடமுடியாத கால மற்றும் இடைவெளியில் ஒன்றை ஒன்று இணைத்து வைத்து இயங்கிக்கொண்டிருக்கும் உலகின் அசாதாரண சக்திகள்."

- வில்லியம் மெக்டுகல், 'Group Mind' p.2

"மக்கள் எப்போதும் உள்ளுறைந்த அசல்தன்மையைப் பற்றி பேசிக்கொண்டிருக்கிறார்கள். ஆனால் உண்மையில் அதற்கென்ன அர்த்தம்? நாம் பிறந்த கணத்தில் இருந்து, இவ்வுலகம் நம்மீது தாக்கம் செலுத்தத் தொடங்குகிறது. இச்செயல்பாடு இறுதிவரை நீடிக்கிறது. கடைசியில் எனது ஆற்றல், எனது வலிமை, எனது விருப்பம் எனச் சொந்தம் கொண்டாட உண்மையில் என்னதான் பாக்கி இருக்கும்? நான் இதைப் பட்டியலிடத் தொடங்கினால், சொல்லும் அனைத்தையும் மாபெரும் சிந்தனையாளர்களுக்கும், என்னைச் சுற்றியுள்ளவர்களுக்கும் அர்ப்பணிக்க வேண்டும். எனது என்று சொந்தம் கொண்டாட எதுவும் எஞ்சியிருக்காது."

- கேத்தாவின் இலக்கியக் கட்டுரைகள்,
(Spingarn's translation) pp. 256-257.

இதே விமரிசன நோக்கில், அகஸ்தியரின் தென்னிந்திய மற்றும் கிழக்காசிய நாட்டுப் பண்பாடுகளை ஆராய்ந்தால், அவர் முதுகில் சுமத்தப்பட்டுள்ள – அகஸ்தியர் போன்ற வலிய கரங்களும் தாங்க முடியாத – பொதியின் கனம் கூடுதல் என்பது தெரியும். உண்மையிலேயே பிறர் சொல்வதுபோல் அகஸ்தியர் ஒரு வரலாற்று நாயகர் என்றால், வரலாற்று விமரிசனப் போக்கில் அவர் செயல்பாடுகளையும் படைப்புகளையும் மீளாய்வு செய்ய வேண்டும்.

தென்னிந்தியாவிலும் அதற்கப்பாலும் அகஸ்தியரின் சாதனை என்ன? விந்திய மலையில் இருந்து குமரிமுனை வரை, இந்தோனேசியத் தீவுகளிலிருந்து சியாம், கம்போடியா வரை முன்புசொன்னதுபோல் ஆரியக் கல்வி, ஆரியக் கலாச்சாரம், ஆரிய நம்பிக்கைகள், ஆரியப் பழக்கவழக்கங்கள், ஆரியச் சமயம், ஆரியத் தத்துவம் – இவற்றை அறிமுகம் செய்ததைத் தவிர வேறொன்றுமில்லை. அகஸ்தியர்தான் அனைத்துப் பகுதியிலும் ஆரியமயமாக்கல் செயல்முறையைத் துவங்கிவைத்தார் அல்லது தூண்டுதலாக அமைந்தார் என உத்தேசிப்போமானால் – அவரோடு முடிந்துவிட்டது என ஊகிக்க அவசியமில்லை – இம்மாபெரும் கலாச்சாரப் பரவலாக்கம், அனைத்துப் பகுதியிலும் ஒரே சமயத்தில் நிகழ்ந்திருக்க வேண்டும். அப்படியானால், அனைத்து மாற்றங்களும் அகஸ்திய முனியின் வாழ்நாளில், தோராயமாக 100 – 150 வருடங்களுக்குள் நடந்திருப்பதாய் நம்பவேண்டும். ஆனால் அதற்குத் துளியும் வாய்ப்பில்லை. ஏதேனும் ஒரு தீவிர வரலாற்றாசிரியர் இதை ஏற்றுக்கொள்வாரா?

தண்டகாரண்யக் காடுகளை ஆரியக் குடியேறிகள் வாழ்வதற்கு உகந்த நிலமாக மாற்றுவதற்குக் குறைந்தது 200 ஆண்டுகள் ஆகும். பிறகு கர்நாடகாவில் ஆரியக் கலாச்சாரத்தை நிலைநாட்ட, மேற்கொண்டு 200 ஆண்டுகள் ஆகியிருக்கும். இதற்குப் பின்புதான் அகஸ்தியர் தமிழ் நிலத்தில் காலூன்றியிருக்க முடியும். ஆரியர் அல்லாத வேற்றுப் பழங்குடிகள் வாழ்ந்த தண்டகாரண்ய மற்றும் கர்நாடகப் பகுதிகளின் பெருவாரியான நிலத்தைத் தாண்டி அகஸ்தியர் தமிழ் நாட்டிற்கு வந்திருப்பார் என ஊகிக்க முடிகிறதா?

குடியேற்றம் செய்ய விரும்பியிருந்தால், மேற்சொன்ன பகுதிகளைத்தான் முதலில் ஆரியமாக்கியிருக்கவேண்டும். அதனைப் பிடியாகக் கொண்டு தமிழ் நிலத்தைக் கைப்பற்றலாம். மேற்கொண்டு மக்கள் நிறைந்த தமிழ் நிலப்பரப்பைவிட வெற்றிடமாய்க் கிடந்த பகுதிகளே அவருக்கு எளிதில் வேலை முடித்துக்கொடுத்திருக்கும்.

ஒருவேளை துறவறம் பொருட்டு, தன் அபரிவிதமான ஞானத்தைப் பரப்ப விரும்பினால் தமிழ் நிலத்திற்கு உட்பட்ட பாண்டியப் பேரரசுக்கு நேரடியாக வந்திருக்கலாம். ஆனால் கன்னட தேசத்தின் பாதாமிக்கு அருகிலுள்ள மலக்குட்டா மலைப்பகுதி வாசம், அவரின் நோக்கத்தைச் சீர்குலைக்கிறது. எனவே அகஸ்தியர் படிப்படியாக மெல்லமாய், தெற்கு நோக்கி வந்தார் என ஊகிப்பதற்குத் தள்ளப்படுகிறோம். ஒருவேளை அது உண்மையானால், நான்கிலிருந்து ஐந்து நூற்றாண்டுகள்வரை நேரமெடுத்திருக்கும். அகஸ்தியர் அத்தனைக் காலம் உயிர்வாழ்ந்தாரா?

இச்சூழலைப் புரிந்துகொள்வதற்கு இரண்டுவிதமான சமாதானங்கள் சொல்லிக்கொள்ளலாம்: ஒன்று, அகஸ்தியர் ஒரு சாதாரண மனிதர் அல்ல. இரண்டு, அகஸ்தியர் என்று அழைக்கப்பட்ட பலர், ஆரியமயமாக்கல் பணியில் வேலை செய்தார்கள். முதல் சமாதானம், அகஸ்தியரை வரலாற்றாராய்ச்சியில் இருந்து வெளியேற்றுகிறது என்றால், இரண்டாவது சமாதானம், அகஸ்தியர் தொன்மங்களுக்கு எதிர்த் தரவு போல் வேலை செய்கிறது.

அகஸ்தியர் தொன்மங்களை வரலாற்று உண்மைகளோடு கோர்க்க முயன்றதுதான், இக்குழப்பங்களுக்குக் காரணம். எனவே அகஸ்தியரின் வரலாற்று முகத்தை ஆய்வுசெய்யும்போது, வரலாற்று ஆராய்ச்சியின் அடிப்படை நியதிகளைப் புரிந்துகொண்டு, எவ்விதத் தொன்மக் கலப்பிற்கும் இடந்தரக்கூடாது. இல்லையெனில் இறுதிவரை தெளிவான முடிவை எட்ட முடியாது.

அகஸ்தியர் என்றொரு வரலாற்றுப் பூர்வமான பிம்பம் உண்மையில் இருந்ததா என மேற்தொடங்கிய

விவாதம் இப்படியாக நிறைவுபெறுகிறது: தென்னிந்தியாவின் பல்வேறு பகுதிகளிலும் ஒரே காலத்தில் ஆரியமயமாக்கல் நடைபெற்றிருக்க வாய்ப்பில்லை. குறைந்தபட்சம் சில நூறு ஆண்டுகளேனும் தேவைப்பட்டிருக்கும். அகஸ்தியர் உண்மையிலேயே ஒரு வரலாற்றுக் கதாப்பாத்திரமாக இருந்திருந்தால், அனைத்துப் பகுதியிலும் ஆரியக் கலாச்சாரம் பரவத் தொடங்குவதைப் பார்ப்பதற்குக்கூட அவர் உயிரோடு இருந்திருக்க மாட்டார். ஆரியமயமாக்கலின் பிந்தைய பகுதி தொடங்குவதற்குப் பல ஆண்டுகளுக்கு அவர் தன் மூதாதையர்களுடன் இரண்டறக் கலந்திருப்பார்.

பண்டைய ரிக் வேத காலத்தில் – பஞ்சாப் அல்லது வட இந்தியாவில் – அகஸ்தியருக்கு உண்டான வரலாற்று முக்கியத்துவம் என்னவென்று தெரியாது. ஆனால், தென்னிந்தியாவில் உள்ள பொதியில் மலைக்குக் குடியேறியதாகச் சொல்லப்படும் கதை முழுவதுமாய் இட்டுக்கட்டப்பட்டது. பழந்தமிழர்களின் வரலாற்றோடு இதற்கு எவ்வகையிலும் தொடர்பில்லை. இக்கதைகள் தென்னிந்திய இலக்கியம் மற்றும் வரலாற்றோடு மட்டும் முரண்கொள்ளவில்லை, பல முக்கியச் சான்றுகளுக்கும் புறம்பாக அமைந்துள்ளன.

அகஸ்தியர் – ஓர் அரைவரலாற்றுக் கதாப்பாத்திரம்

ரோம் நாட்டைக் கண்டுபிடித்த உரோமுலசு போல், அகஸ்தியரும் ஓர் அரைவரலாற்றுக் கதாப்பாத்திரம் என்று கருதலாம். இவர் பண்டைக் கால இனக்குழுத் தலைவர்களுள் ஒருவராய் இருந்திருக்கவேண்டும். ஆனால் அகஸ்தியரின் உண்மை வரலாறு தொன்மங்களாலும் பண்பாட்டுக் கதைகளாலும் மூடி மறைத்து தெளிவற்றுப்போய்விட்டது. வரலாற்றுப் பக்கங்களில் இவர் பெயர் உறுதியாக நிலைக்காது என்றாலும், இந்நாட்டின் கலாச்சாரக் கட்டமைப்புக்கு அடிகோலியவராக என்றென்றும் நினைவுகூரப்படுவார். இதுவொன்றே அசைக்கமுடியாத கருதுகோளாய் அமையும்.

ஆரிய வரலாற்றிலும், வரலாற்றுக்கு முந்தைய காலத்திலும் அகஸ்தியரின் மகத்தான பங்களிப்பை எப்பேற்பட்ட வரலாற்றாய்வாளரும் மறுக்க முடியாது. வேத கால மற்றும் இராமாயணக் கால அகஸ்தியர் பிம்பத்தைத் தொந்தரவு செய்யாமல் விட்டிருந்தால் அவர் பெயர் வரலாற்றில் நிலைத்திருக்கலாம். ஆனால் பிற்கால புராண ஆசிரியர்கள், நாயக வழிபாட்டு முறைக்கு ஆட்பட்டு அதற்கு ஒத்துழைக்கவில்லை. மாறாக அகஸ்தியர் தொன்மத்திற்கு உயிரூட்டி, வரலாற்று முக்கியத்துவம்பெறும் பிற்கால நாடகங்களில் கதாநாயக வேடமிட்டு அவரை மேடையேற்றினர். காலத்தைக் கணிப்பதுதான் இங்குள்ள ஒரே சவால். இந்தியாவிலும் அதற்கு வெளியிலும் பல்வேறு

கலாச்சார வரலாற்றுடன் தொடர்புடைய ஒருவரை, ஒற்றைக் கதாப்பாத்திரத்தின் வாழ்நாளுக்குள் அடக்குவது இயலும் காரியமா?

புராண ஆசிரியர்களின் ஆர்வமிக்கச் செயலால், ஒருகாலத்தில் வரலாற்று முக்கியத்துவம் வாய்ந்த கதாப்பாத்திரம் இன்று மெல்ல தன் புகழை இழந்து, ஒட்டுமொத்த வரலாற்று மெய்ம்மைகளும் அழிந்த நிலையில் ஏதுமிலியாய் நிற்கிறது. புலவர்களின் கண்மூடித்தனமான பக்தியால் பழைமை வாய்ந்த அகஸ்திய முனியின் வாழ்க்கை சந்தேகத்திற்குரியதாய் மாறிவிட்டது. ஒருநாட்டின் நாகரிக வளர்ச்சிக்கு இலக்கியத்தைக் கணிசமான அளவுகோலாகக் கொண்டால், ரிக் வேத காலத்திற்கும் (கி.மு. 1500 – கி.மு.2000) தமிழ் இலக்கியக் காலத்திற்கும் (தோராயமாக கி.பி. 100) பெரிய இடைவெளி உண்டு. ஒரே மனிதரால் வெவ்வேறு காலவெளியில் ஆளுமை செலுத்தியிருக்க முடியுமா? இக்காலக்கணிப்பில் உள்ள புதிரின் மர்மத்தை அவிழ்க்க, அகஸ்தியர் ஒருவர் அல்ல எனும் உண்மையைப் புரிந்துகொள்ள வேண்டும். வரலாற்று நெடுகிலும் பல அகஸ்தியர் வாழ்ந்திருக்கிறார்கள்.

ரிக் வேத கால மற்றும் இராமாயணக் கால அகஸ்தியரைத் தவிர்த்து, கர்நாடகம், தமிழகம், இந்தோனேசியத் தீவுகள் மற்றும் கம்போடியா நாடுகளில் பரவலான ஆரியமயமாக்கலைத் துவங்கிவைக்கக் குறைந்தது நான்கு அகஸ்தியரேனும் தேவை. ஒரு குடும்பத்திலிருந்து பிறந்து, வளர்ந்த வம்சாவளியினர் மட்டுமே, தெற்கில் ஆரியப் பரவலாக்கலுக்கு முழுமையாகத் துணை நின்றனர் எனச் சொல்வது பகுத்தறிவுக்கு ஒத்துவருமா? இல்லையெனில் அகஸ்தியரின் பல குடும்பங்களிலிருந்தோ, அகஸ்தியர் எனப் பெயர் சூட்டிக்கொண்ட வெவ்வேறு நபர்களோ இதற்குக் காரணமானவர்கள் எனச் சொல்லலாமா?

உண்மையில் இவையெதுவும் பகுத்தறிவுக்கு உகந்த பதில் இல்லை. 'அகஸ்தியர்' எனும் பெயரைப் புராண ஆசிரியர்களும், புராணம் பயிற்றுவிப்பவர்களும் மிகவும் மெனக்கெட்டு மக்கள் மனத்தில் ஆழப் பதித்துள்ளனர்

எனும் பதில் ஏற்புடையதாக இருக்கிறதா? இல்லை, ஒரே குடும்பத்திலிருந்து அரை – டஜன் குழந்தைகள் தோன்றி பல நாடுகளில் ஆரியத்தைப் பரப்பினார்கள் என்பது ஏற்புடையதாக இருக்கிறதா?

அகஸ்தியர் - ஓர் உருவகக் கதாப்பாத்திரம்

அகஸ்தியர் குறித்த அறிவு ஆராய்ச்சியின் வளர்ச்சியில், தற்போது இறுதிக்கட்டத்தை நெருங்கிவிட்டோம். தென்னிந்திய வரலாற்றில் அகஸ்தியர் தொன்மம் புரிந்துகொள்ள முடியாத குழப்பம் என்றும், ஏறிக் கடக்க முடியாத தொல்லை என்றும் கைவிரித்த ஆய்வாளர்கள், தற்போது ஆய்வுக் கருதுகோளை மாற்றிக்கொண்டு நம்பத்தகுந்த வரலாற்றுச் சான்றுகளுக்குப் பின் செல்கிறார்கள். பல்வேறு நாடுகளில், பல்வேறு காலங்களில் பென்னம் பெரிய வரலாற்றுப் பணிகளை மேற்கொண்ட அகஸ்தியர், நிச்சயம் ஒற்றை மனிதராகத்தான் இருக்கவேண்டும் எனும் கருத்தை நியாமற்றது என மறுக்கிறார்கள்.

இதிலிருந்து தப்பிக்க, ஆரியமயமாக்கல் கோட்பாடு சீரான இடைவெளியில் நிகழ்ந்த தொடர் சம்பவம் எனும் பார்வை முன்வைக்கப்படுகிறது. எனவே தென்னிந்தியாவின் ஆரியமயமாக்கல் நிகழ்வு, அழகுகூட்டப்பட்ட ஒரு நீண்ட காலப் புனைவு உருவகக் கதையாக அவர்கள் கையில் மாற்றம் பெறுகிறது. இக்கவித்துவக் கதைக்கு மையக் கதாப்பாத்திரத்தின் தேவை இல்லை. ஆரியக் கலாச்சாரத்தையும், அறிவு மரபுகளையும் தென்னாட்டின் பல்வேறு பகுதிகளில் பரவலாக்கம் செய்த அகஸ்தியர் – ஆரிய இலட்சிய அரசின் உருவகம் அல்லது அதற்கும் மேம்பட்ட ஓர் இடத்தை ஆக்கிரமிப்பதாய் கருதுகின்றனர்.

இப்புதிய கோணத்திலான அகஸ்தியர் வரலாற்று ஆராய்ச்சியில், சான்றுகளை அடுக்கிக் காலவரிசையை நிரல்படுத்தவேண்டிய கட்டாயமில்லை. மாறாக, ஆரியக் குடிகள் தென்னகத்திற்குக் குடிபெயர்ந்த பெரும் இயக்கத்தைப் பொடிப் பொடியாக உணர்ந்துகொள்ள வேண்டும். அகஸ்தியர் உயிரிழந்த பிறகும் அவரால் உந்தப்பட்ட சீடர்கள், அவர் தொடங்கிய மகத்தான பணியை நிறைவேற்றியிருக்க முடியாதா? தென்னிந்திய வரலாற்றைப் புரிந்துகொள்ளப்போகும், இவ்வுருவகப் பார்வைக்கு எதிராய் யார் வாதிடப் போகிறார்கள்?

முடிவுரை

அகஸ்தியர் இன்றளவும் பொதியில் மலையில் உறைந்திருக்கிறார், சாதாரண கண்களுக்கு எளிதில் காட்சியளிக்க மாட்டார் என பொய்யின்பம் கொண்டிருக்கும் எவரொருவரின் நம்பிக்கையைக் கெடுப்பதும் இக்கட்டுரைக்கு நோக்கமல்ல. அதுபோல, பழங்கால தொன்மக் குப்பியில் அறிவியல் வரலாற்றுப் பானத்தை நிரப்பி அதன்மூலம் வரலாற்றையும் பண்பாட்டையும் ஒருங்கிணைத்துப் போதையேற்ற முயலும் குழுவினரிடையே மனமாற்றம் ஏற்படுத்தவும் இக்கட்டுரை முயலவில்லை.

இந்தியர்களுக்கு வரலாற்று அறிவும், திறனாய்வுச் சிந்தனையும் இல்லையென்று மேற்குலகம் தொடர்ச்சியாகக் குற்றம் சுமத்துவது பற்றி இவ்விருசாராரும் கவலைப்பட மாட்டார்கள். எனினும் இந்திய மதிப்பைத் தக்கவைப்பதற்காக, வளரும் அறிவியல் ஆராய்ச்சி முறைகளைப் பின்பற்றி நம்பகமான, உண்மை கலந்த கடந்த கால வரலாற்றை எழுதுவதற்கு ஓர் இந்தியப் படை உருவாகிக்கொண்டிருக்கிறது.

செல்வாக்குடைய, அப்புதிய ஆய்வறிஞர் படைக்கு, நான் இந்தக் கட்டுரையின் மூலம் பண்டைய காலத் தமிழக வரலாற்றின் மிக முக்கியமான பகுதியை அறிமுகப்படுத்துகிறேன். இதை அவர்கள் பொறுமையாக வாசித்து மதிப்பிடட்டும்.

மறைந்த திரு. வின்சென்ட் ஸ்மித், "நீண்ட காலமாக வட இந்தியா மீதும், சம்ஸ்கிருதப் புத்தகங்கள் மீதும், இந்தோ – ஆரியச் சிந்தனைகள் மீதுமே கவனம் குவிந்திருக்கிறது. இனி ஆரியமில்லாத விஷயங்கள் குறித்தும் கவனத்தைத் திசை திருப்ப வேண்டும். இதுதான் அதற்கு உகந்த காலம்" என்று எழுதுகிறார். ஆரியமல்லாத தற்சார்புக் குரல்களின் சத்தம் அருகிவிட்ட காலத்தில், அவற்றை உலகறியச் செய்ய விரும்பும் வின்சென்ட் ஸ்மித்தின் நோக்கத்தை ஈடுசெய்ய இக்கட்டுரையின் செம்பாகம் முயன்றிருக்கிறது என்பதைத் தனியே குறிப்பிடவேண்டியதில்லை.

தமிழில்: இஸ்ரா • 101

பின்னிணைப்பு - 1

தாலமியின் 'பெட்டிகோ' பற்றிய குறிப்பு

டாக்டர் கால்டுவெல் இதனைத் தமிழ் நிலத்தின் பொதியில் அல்ல பொதிகை மலை என மிகச் சரியாக அடையாளம் கண்டார். இன்று பொதியில் மலை என்றால் மேற்குத் தொடர்ச்சி மலையின் தெற்குப் பகுதியில் உள்ள ஓர் உயர்ந்த சிகரத்தை மட்டும் குறிக்கிறது. அதனை அகஸ்தியர்கூடம் என்று அழைக்கிறார்கள். தாலமி வாழ்ந்த காலத்தில், இம்மலைக்குப் பெரிய அளவில் முக்கியத்துவம் இருந்ததாகத் தெரிகிறது. அவரின் வரைபடத்தில், மேற்குத் தொடர்ச்சி மலையின் தென் பகுதி முழுவதையும் பெட்டிகோ மலை எனக் குறித்துள்ளார். அதனைத் தமிழ்நிலத்தின் பெரும்பகுதி என்று சொல்லலாம். லிம்ரிக்கேவின் (Limyrike) வடக்கு எல்லையில் தொடங்கி, தமிழ் மக்கள் வாழ்ந்த தமிழக நிலப்பகுதி வழியாய் 300 மைல் தூரத்திற்கு நீண்டு பொதிகை மலைத்தொடர் அமைந்திருந்தது. இதனை மலையம் (தமிழில் மலை என்று பொருள்) என்றும் அழைக்கிறார்கள்.

தாலமி காலத்தில் தென் முகட்டுச் சிகரம் மட்டுமே பொதியில் மலை என்று வழங்கப்பட்டிருந்தால், சிலநூறு மைல்கள் நீளும் முழு மலைத் தொடரையும் அவர் குறிப்பிட்டிருக்க வேண்டிய அவசியம் இல்லை. ஒற்றை மலைத்தொடரை மட்டும் பொதியில் அல்லது மலையம் எனக் குறிக்கும் வழக்கம் பிற்காலத்தில் தோன்றியிருக்கலாம். எனவே புறநானூறு, அகநானூறு போன்ற சங்ககால

நூல்களில் இடம்பெறும் 'பொதியில்' எனும் பெயரைத் தற்காலப் புவியியல் அமைப்பை வைத்து விளங்க முயன்றால், அவை நம்மைத் தவறான முடிவுக்கு அழைத்துச் செல்லும்.[39]

பொதியில் மலை நீண்ட மலைத் தொடரைக் குறித்துவந்தது என்பதற்கு, மேலும் சில சான்றுகள் உள்ளன. தாலமியின் சமகாலத்தில் பொதியில் மலையை ஆட்சிச் செய்த ஆய் எனும் மன்னர், அதன் இன்றைய நிலவெல்லையைத் தாண்டி வடக்கில் மேல்குந்தா வரையிலும் மேற்கில் திருவிதாங்கூர் மாவட்டத்தின் கோட்டயம் பகுதிக்கு அருகிலுள்ள நெற்குன்றம் அல்லது நிரணம் வரையிலும் (தாலமி நெல்கிந்தா எனத் தம் நூலில் எழுதியுள்ளார்) ஆட்சிச் செய்து வந்தார்.

திரு. கன்னிங்காம், 'Geography of Ancient India' *(ப. 552)* எனும் நூலில், இந்தியா பற்றிய சீன – ஜப்பானிய வரைபடங்கள் பேசுவனவற்றைக் குறிப்பிடுகிறார். மலைத்தொடரின் தெற்குப் பகுதியான மலையக்குட்டாவிற்கு, ஹை–அன்–மென் என அவர்கள் பெயரிட்டிருக்கின்றனர். மேலும் தாலமி குறிப்பிடும்

---

39 இதுபோன்ற தவறான கணிப்புகளால் பல குழப்பங்கள் ஏற்படும். சான்றாக மாமூலனாரின் பாடல் ஒன்றை, டாக்டர் எஸ். கிருஷ்ணசாமி ஐயங்கார் தனது 'Beginnings of South Indian History' எனும் நூலில் சுருக்கியுரைத்து விளக்குவதைப் பார்க்கலாம். "மௌரியர்கள் தென்னிந்தியா மீது படையெடுத்து, மதுரையின் தென்மேற்கு முகட்டில் உள்ள பொதியில் மலைவரை சென்றனர்." பொதியில் மலையின் பழங்கால அமைவிடக் குறிப்பை, தற்காலப் புரிதல்களுடன் குழம்பிக் கொண்டு கிருஷ்ணசாமி ஐயங்கார் தவறான குறிப்பை எழுதியதாகத் தெரிகிறது. மேலும் மாமூலனாரின் பாடலில் (அகம். 251) மோகூர் எனும் ஊர் இடம்பெறுகிறது. அப்பகுதியைத் தலைநகராகக் கொண்டு ஆட்சிச் செய்த மன்னன் அடிபணிய மறுத்ததால்தான் மௌரியப் படையெடுப்பு ஏற்பட்டது. சோரெட்டை (சோழர்) நாட்டின் பரலியா பகுதிக்கு உட்பட்ட 'மகௌர்' எனும் நகரம் பற்றி தாலமியின் நூல் பேசுகிறது. அவர் குறிப்பிடும் நகரம் மோகூராகத்தான் இருக்கவேண்டும். இதன்படி பார்த்தால், மோகூர் நகரம் பாண்டிய நாட்டு எல்லைக்கு வெளியே உள்ளது. புறநானூற்று நூலின் முன்னுரையில் மகாமகோபாத்தியாய சாமிநாத ஐயர், மோகூர் பாண்டி நாட்டில் இருப்பதாய் தவறாக எழுதுவதைப் படித்து எஸ்.கே. ஐயங்கார் தவறிழைத்திருக்க வேண்டும். மாமூலனாரின் பாடலில் வரும் 'பொதியில்' எனும் வார்த்தை மலையைத்தான் குறித்ததா என்பதே கேள்விக்குரியது. அதுவொரு தனிக் கதை, இங்கு அப்பேச்சை விவாதத்திற்குக் கொண்டுவர வேண்டாம்.

ஆய் மன்னருக்கும் இதற்கும் தொடர்பு இருக்க வேண்டும் என்பது அவர் கணிப்பு.

பொதியில் மலைத்தொடர் நீண்ட அமைப்பாகத்தான் இருக்கவேண்டும் எனும் கோணத்தில் பார்க்கையில், அப்பெயர் தோன்றிய காரணிகளையும் புரிந்துகொள்ள நேர்கிறது. அத்தோடு பழங்காலத் தமிழகத்தின் அரசியல் பிரிவுகள் பற்றியும் நவீன வெளிச்சம் கிடைக்கிறது. உண்மையில் பொதியில் மலை எவர் அதிகாரத்திற்கும் உட்படாத பொது இடமாக இருந்து, பின்னர் மக்களின் புகலிடம் அல்லது பெரியோர் கூடும் மன்றமாக உருமாறியது. ஆடுமாடுகள் மேய்த்துவந்த பொதுவர் இன மக்களின் மேய்ச்சலுக்குரிய நிலமாகவும் இருந்திருக்கலாம்.

(மலையம்) மலைத்தொடரின் மையப் பகுதிகள் சேர, சோழ மற்றும் பாண்டிய நாட்டின் எல்லைகளுக்குள் நீக்கமற நிறைந்திருப்பதால், இயற்கை அரண்போல் பேரரசின் எல்லைகளைப் பிரித்தது. தனித்தனியே உரிமை கோராமல், இதன் ஒட்டுமொத்த நிலப்பகுதியை அனைவரும் பங்கிட்டுப் பிரித்துக் கொண்டனர்.

மலை மற்றும் வனப் பகுதிகளை உள்ளடக்கி ஆட்சிச் செய்த ஆய் எனும் மன்னனே, மேற்குத் தொடர்ச்சி மலையின் இருமருங்கில் உள்ள நிலங்களைக் (செங்கோட்டை தாலுக்காவிலுள்ள ஆய்க்குடி எனும் கீழைப்பகுதி, ஆய் மன்னனின் அதிகார வரம்பைச் சுட்டிக்காட்டும்) கட்டுப்பாட்டில் வைத்திருந்த மிகத் தொடக்கக் கால ஆட்சியாளராக அறியப்படுகிறான். பொதியில் எனும் பெயர் தம்மைக் குறிப்பதாக அங்கீகரித்துக் கொண்டு, தானே பொதியில் மலையின் தலைவன் என முடிசூடிக்கொண்டான். அப்பகுதிக்கு உட்பட்ட மேய்ச்சல் இன மக்கள், பொதுவர் என்று அழைக்கப்பட்டிருக்கலாம். பின்னர் இந்நிலப்பகுதி பாண்டியநாட்டு எல்லைக்குள் வந்தபோது, இலக்கியங்களில் 'பொதியில் ஆட்சியாளர்கள்' என்று அவர்கள்

அழைக்கப்படலாயினர்.

அப்போதைய பாண்டிய நாட்டுப் பேரரசில் ஒட்டுமொத்தத் திருவிதாங்கூர், திருநெல்வேலி மற்றும் மதுரைப் பகுதிகள் உள்ளடங்கியிருந்தன. எனினும் படையெடுப்பு மற்றும் வரலாற்று மாற்றங்கள், பேரரசின் எல்லை காலவோட்டத்தில் சுருங்கிக் கொண்டே சென்றது. அதனால் 'பொதியில்' எனும் சொல்லுக்கு உண்டான பொருளும் சுருங்கியது. பின்னர், சேரப் பேரரசின் மேற்குக் கடற்கரை ஒட்டிய பகுதிகள், மலையாளம் பேசும் மக்களால் நிரம்பிப் பல்வேறு சிற்றரசர்களின் ஆட்சியதிகாரங்களுக்கு ஆட்பட்டது. இவ்வாட்சியாளர்கள் பாண்டிய நாட்டின் அருகாமை நிலத்திற்குச் சண்டையிட்டதோடு, பொதியில் மலைத்தொடரின் பெரும்பகுதியையும் கைப்பற்றினர். இங்ஙனம் 'பொதியில்' எனும் தமிழ்ப் பெயர், சில ஆண்டுகளுக்குள் வழக்கொழிந்து போனது.

பழங்காலத் தமிழ் அரச மரபில் எஞ்சியிருந்த இறுதி வேந்தர்கள் – பாண்டியர்கள் – பொதியில் மலைத்தொடரின் தெற்குப் பகுதியில் உள்ள ஓர் உயர்ந்த சிகரத்தை மட்டும் கைக்குள் வைத்திருந்தார்கள். அதுவே பின்னாளில் பொதிகை என்றானது. தாலமி காலத்துப் புவியியல் வரைபடங்கள், சீன – ஜப்பானிய வரலாற்று வரைபடங்களைப் பார்க்கும் ஒருவர், கிறிஸ்தவ யுகத் தொடக்கத்தில் இருந்த பொதியில் மலையும் இன்றைய பொதிகை மலையும் ஒன்றல்ல எனும் முடிவுக்கு வருவர்.

புறநானூற்றுத் தொகுப்பில் உள்ள இரண்டாவது பாடலில்,

"அந்தி அந்தணர் அருங்கடன் இறுக்கும்
முத்தீ விளக்கிற் றுஞ்சும்
பொற்கோட்டு இமயமும், பொதியமும், போன்றே"

என அமைந்துவரும் மேற்கண்ட பாடலடிகள், 'பொதியில்' எனும் பதத்திற்கு நான் சொல்லும் விளக்கத்தை உறுதி செய்கின்றன. இவ்வரிகளில் பொதியில் மலைக்கும் இமயமலைக்கும் இடையே உள்ள ஒற்றுமையைப் புலவர் குறிப்பிடுகிறார். இமயம் என இங்குக் குறிப்பிடுவது நிச்சயமாக மலைச் சிகரத்தை அல்ல, ஒட்டுமொத்த மலைத்தொடர். ஒரு நீண்ட மலைத்தொடருக்கு ஒப்பாக, ஒற்றை மலைச் சிகரத்தை எந்தவொரு புலவரும் உவமைக் காட்ட மாட்டார். அச்சிகரம் எப்பேர்ப்பட்ட புனிதத் தன்மைகளைப் பெற்றிருந்தாலும், இலக்கியத்தில் நயம் கூட்ட ஒப்புடைய உவமைகளையே கையாள்வர். இல்லாதபட்சத்தில், தென்னகத்தில் அதற்கு இணையான வேறொரு மலைத்தொடரைக் கூட குறிப்பிட்டிருக்கலாம். இங்ஙனம் பழம்பாடல்களில் எடுத்தாளப்படும் பொதியில் என்பது மலைத்தொடரே அன்றி சிகரம் அல்ல என்பது தெளிவாகிறது.

மூவேந்தர்களின் பொதுப் பயன்பாட்டில் இருந்த பொதியில் மலை, நீண்ட மலைத்தொடர் என நிரூபிப்பதில் இலக்கண ரீதியிலும் ஒரு சிக்கல் இருக்கிறது. தமிழில் உள்ள பல இடப்பெயர்களைப் போல் 'இல்' விகுதி பெற்று முடியும் பொதியில் எனும் பெயர், இலக்கண மொழியியலாளர்கள் குறிப்பிடுவதுபோல் பொது+இல் என வந்தால் = பொதுவில் என வந்திருக்க வேண்டும்; பொதியில் என வந்திருக்காது.

டாக்டர் கால்டுவெல் இக்குழப்பத்தைத் தீர்க்க, பொதி+இல் எனப் பிரித்துக்காட்டி விளக்கம் தருகிறார். இது ஒரு 'மறைவிடத்தின்' பெயரைக் குறிக்கலாம் என்பது அவர் வாதம். ஆனால் இவ்விளக்கத்தில் தெளிவில்லை. யாரிடமிருந்து, யார் ஒளிந்துகொண்ட மறைவிடம் என்ற கேள்விகளுக்கும் அவர் பதிலளிக்கவில்லை. மறைவிடத்தைத்தான் குறிக்க வேண்டும் என்றால் மறையில் அல்லது ஒளியில் போன்ற பதங்களை நேரடியாகப் பயன்படுத்தியிருக்கலாமே.

டாக்டர் கால்டுவெல், வேடிக்கையான முறையில் விளக்கமளிக்கத் தள்ளப்பட்டிருப்பதை மற்றொரு வகையில்

புரிந்துகொண்டு, இக்குழப்பத்தைத் தீர்க்கலாம். பொதியில் எனும் பெயர் வழங்கிய காலத்தில், தமிழ்மொழி முளைவிட்டு வளர்ந்து கொண்டிருந்தது. அப்போது பேச்சுமொழி வடிவம் மிக இலகுவாக; இலக்கண விதிகளின்பால் எழுத்துவழக்குச் சிக்குண்டுகிடப்பதைப் போல் அடைபடாத காலம். 'பொதியில், கோயில்' போன்று வழக்கிலுள்ள பல வார்த்தைகள் இலக்கண விதிகளுக்கு அப்பாற்பட்டவை எனப் பிற்கால இலக்கண ஆசிரியர்கள் சொல்வதைப் பார்க்கிறோம். இவற்றை இலக்கணப்போலி என வகைப்படுத்துகின்றனர். அதாவது இலக்கண விதிகளைப் பின்பற்றாவிடினும், பொது வழக்கில் பயன்படுத்தப்படும் வார்த்தைகள்.

பின்னிணைப்பு - 2

திராவிட நாகரிகம் பற்றி அறிஞர்களின் கருத்து

மராத்திய நாட்டில் ஆரியக் குடியேற்றம் பற்றி எழுதும் டாக்டர் பண்டார்கர், பின்வரும் குறிப்பை வழங்குகிறார்:

"தொலைதூர தெற்கிலும், கீழைக் கடற்கரை ஓரத்திலும் ஆரியர்கள் உள்நுழைந்து அங்கிருந்த உள்ளூர் சமூக மக்களுடன் உறவாடித் தம் நாகரிகத்தைப் பயிற்றுவித்தார்கள். ஆனால் அவர்களிடத்தில் முழுமையான மாற்றத்தை உண்டாக்கவோ, மொழி மற்றும் கலாச்சார இருப்புகளைப் பெயர்த்தெடுக்கவோ ஆரியர்கள் பெரிதும் தோற்றுப்போனார்கள். அதற்கு முரணாக, அங்கிருந்த உள்ளூர் மக்களின் தனித்துவமான மொழிகளை ஆரியர்கள் படிக்கத் தொடங்கினர். அம்மக்கள் கலாச்சாரத்தின் ஒரு பகுதியைச் சுவீகரித்து ஏற்றுக்கொண்டனர். எனவே கன்னடம், தெலுங்கு, தமிழ் முதலான வேற்று மொழிகள் அனைத்தும் தென்னிந்தியாவிற்கே உரித்தான வேற்று இனத்து மொழிகள் என்பது தெளிவு. அவை சம்ஸ்கிருதத்தில் இருந்து உருவானவை அல்ல. அதேபோல் தென்னிந்திய ஓவியங்களும் வடநாட்டு ஓவியங்களில் இருந்து வேறானவை. ஆரியர்களின் கலாச்சாரப் படையெடுப்புக்கு முன்பிருந்தே, இங்குத் திட்டவட்டமான சமூகக் குழுக்களும் பேரரசுகளும் இருந்தன. ஆகவே எத்தனை முயன்றும் தென்னகச் சூழல், வடக்கின் கலாச்சாரப் பழக்கவழக்கங்களோடு ஒத்துப்போகவில்லை."

- History of Deccan, ப. 10

திராவிடக் கட்டடபாணி குறித்து, Study of Indian Architecture நூலின் ஆசிரியர் ஜேம்ஸ் ஃபெர்குசன் பின்வருமாறு மதிப்பிடுகிறார்:

"வடவர்கள் மற்றும் தென்னவர்களின் கட்டடக் கலை பாணிக்கு நடுவே, பாதாமியில் ஓர் இடைப்பட்ட கோயில் உருவம் இருக்கிறது. கோயிற்கலை பற்றி அடிப்படைப் புரிதலுள்ள எவரும், இக்கோயில் இரண்டு விதமான அம்சங்களில் இருந்தும் வேறுபடுவதை உணர்வார்கள். இடப்பக்கம் இருந்த கோயில், நேர்வரிசையில் பல்மாட அடுக்குகளுடன் சிறிய அளவிலான கூம்பு வடிவத்தில் அள்ளைத்தூண்களின் அமைப்போடு இருந்தது. வலப்பக்கத்தில் இருந்த கோயில், வளைக்கோட்டு வடிவில் மாட அமைப்புகளும் தூண்களும் இன்றி, வழமையான பழச் சுளையின் வடிவில் கூரை வேய்ந்திருந்தது. முதல் கோயிலை எழுப்பியவர்கள் தமிழ் அல்லது அதற்கு இனமான மொழி பேசக் கூடியவர்கள் என்பது எனக்குத் தெரியும். அதுபோல இரண்டாவது கோயிலைக் கட்டியவர்கள் வங்க மொழி அல்லது அதுபோன்ற சம்ஸ்கிருதத் தாக்கம் கொண்ட வேற்றுமொழி ஆட்களாய் இருக்கவேண்டும்." (பக். 11–12.)

தென்னிந்திய அகரநிரல்களையும் மொழிகளையும் ஆய்வு செய்தபின், டாக்டர் பர்னெல் பின்வரும் முடிவுக்கு வருகிறார்:

"கிரந்த எழுத்துருவின் ஆரம்பக் கால வடிவ வளர்ச்சியை ஆராய்வது மிகவும் கடினம். வட இந்தியக் கலாச்சாரத் துருப்புகள் தீபகற்பத் தென்னிந்தியப் பகுதிக்கு வருகையில், இங்கு முன்னமே ஓர் எழுத்து மரபும், நன்கு வளர்ச்சியடைந்த மொழியமைப்பும் இருந்தது. எனவே தமிழ்ப் பேச்சொலி மரபில், சம்ஸ்கிருதத்தால் எவ்வித வரையறையையும் உண்டாக்க முடியவில்லை. உயர்மட்ட வகுப்பினர் மட்டும் கற்றுக்கொண்ட ஓர் அந்நிய மொழி என்கிற அங்கீகாரத்தைத் தாண்டி வேறெந்த மதிப்பும் சம்ஸ்கிருதத்திற்கு இல்லை."

– Elements of South Indian Palaeography.

பேரா. இ.ஜே. ராப்ஸன் இங்ஙனம் எழுதுகிறார்:

"சம்ஸ்கிருதமும் அதன் கிளை மொழிகளும் வழங்கப்படும் நிலம்வரை, ஆக்கிரமிப்பு நடந்தது எனச் சொல்லலாம். ஆனால் தென்னிந்தியாவில் அதற்குப் பின்னடைவு ஏற்பட்டது. அங்குள்ள பழைமையான நாகரிகமும், மொழியும் இன்றளவும் அங்கு ஆதிக்கம் செலுத்துகின்றன."

– Ancient India, ப. 9

தென்னிந்தியாவில் வாழும் திராவிட இனக்குழு பற்றிப் பேசுகையில், டாக்டர் ஏ.சி. ஹேடன் பின்வரும் கருத்தைப் பகிர்கிறார்:

"மொழியமைப்பைத் தாண்டி, இம்மக்களிடம் தனித்துவமான ஒரு பண்பு இருக்கிறது. திராவிடர்களுக்கு முந்தைய இனக்குழுக்கள் மறைந்தபிறகு, பல்வேறு அம்சங்களுடன் கூடிய சீர் மரபினர் இந்நிலப்பகுதிக்குள் வருகிறார்கள். பூர்வக்குடிகளிடமிருந்து பெரிதும் வேறுபட்டனர். கி.மு. 2000 வாக்கில் இந்தியாவிற்குள் குடிபெயர்ந்த கூட்டம், இம்மக்களின் மாற்றத்தில் தாக்கம் செலுத்தியிருக்கலாம்."

- The Races of Man.

Early History of India நூலிலிருந்து விண்செண்ட் ஸ்மித் எழுதியதன் ஒரு பகுதி:

"தென்னிந்தியாவில் இருந்த பழங்கால இராஜ்ஜியங்கள் மக்கட்தொகை அடர்ந்து செல்வச் செழிப்பில் இருந்தன. வடநாட்டு ஆரியர்களைப் போல் கலாச்சார ரீதியில் முன்னேறிய திராவிட இனத்தினர் அங்கு வசித்து வந்தனர். ஆனால் இந்நாகரிகப் பகுதி வெளியுலகிலிருந்து – வட இந்தியாவிலிருந்தும் கூட – தம்மைத் தனிமைப்படுத்திக் கொண்டது. தொடர்பு அற்றுப் போனதினாலும், உள்நாட்டு வரலாற்று அறிஞர்கள் இல்லாததினாலும், அப்பகுதியின் கி.பி. 800க்கு முந்தைய கால வரலாறு மொத்தமாக அழிந்துவிட்டது." (ப. 7)

சர் வால்டர் எலியட் பின்வரும் சான்றளிக்கிறார்:

"திராவிடக் குடிகள் முதன்மையானவர்கள் இல்லையென்றாலும், அந்நியத் தாக்கங்களிலிருந்து கணிசமாகத் தப்பிப் பிழைக்கவில்லை என்றாலும், தக்காணப் பகுதியின் நாகரிக அரசாங்கங்கள் இவர்களிடமிருந்துதான் மொழி மற்றும் நிர்வாக அமைப்புச் செயல்பாடுகளைக் கடன் வாங்கியிருக்கின்றன. குறிப்பாகத் தக்காணப் பகுதியின் பண முறைகளும், நாணயங்களும் இதை நன்கு தெளிவாக்குவதைப் பார்க்கலாம்."

- Coins of Southern India *(ப. 2)*

பின்னிணைப்பு - 3

பல அகஸ்தியர்கள் எனும் கருதுகோள்

உலகெங்கிலும் பல நாடுகளின் வரலாற்றில், தற்போதுள்ளது போல ஒரே பெயருடைய பல மனிதர்கள் அப்பகுதியின் வரலாற்று நெடுக, அதன் வளர்ச்சிக்குப் பங்களிப்புச் செய்திருக்கிறார்கள். நான் இந்தக் கட்டுரையை எழுதும்போது, அகஸ்தியர் பற்றி பிற அறிஞர்கள் வெறும் வாய் வார்த்தைகளால் தீர்மானித்துச் சொல்லும், 'பல அகஸ்தியர்' எனும் கருத்தாக்கத்திற்கு அதிக முக்கியத்துவம் அளிக்கவில்லை. ஆனால் வரலாற்றாசிரியர் பி.டி. சீனிவாச அய்யங்கார் எழுதிய 'The History of the Tamils' எனும் புத்தகத்தை வாசித்த பிறகு, நான் இவ்விஷயம் குறித்து ஓரளவு பேசியிருக்க வேண்டுமோ எனத் தோன்றியது. தான் ஆய்வு செய்யும் வரலாற்றுப் பிரதியில் காலக் குழப்பம், முரண்பாடுகள் மற்றும் சீரற்ற தரவுகளைப் பார்க்கையில் இந்திய அறிஞர்கள் மிக இயல்பாகவே, இத்தகு அடிப்படை ஆதாரமற்ற கதைகளை எழுதுகிறார்கள். இது பற்றி காட்டமான விமரிசனம் எழுதியிருக்கலாம் எனத் தோன்றியது.

இச்சிறிய பின்னிணைப்பில் சொல்ல விரும்பும் அனைத்துச் செய்திகளையும் சுருக்கி எழுத முடியாது. எனினும் வரலாற்றுக்கு முந்தைய காலத்தில், ஒரே பெயருடைய பல மனிதர்கள் வாழ்ந்தனர் எனும் கருதுகோளை, எழுத்தாளர்கள் எங்ஙனம் கவனமாகக் கையாளவேண்டும் எனும் வழிகாட்டுதல்களை இங்கு இயன்ற அளவில் குறிப்பிடுகிறேன். மேலும் மிக அரிதான ஓர் அணுகுமுறையைப்

பொதுமைப்படுத்திப் பயன்பாட்டிற்குக் கொண்டுவருவதால், என்னென்ன அபாயம் நேரும் என்பதையும் இங்குச் சுட்டிக்காட்ட முயல்கிறேன்.

இவ்வணுகுமுறையைத் தாராளமாகக் கையாளும் எழுத்தாளர்கள், பெரிதும் வரலாற்றில் ஏற்றுக்கொள்ளப்பட்ட கதாப்பாத்திரங்களைத் தெளிவுபடுத்துவதற்காக இம்முறையைக் கையாள்வதில்லை. வரலாற்றுப் பூர்வமாக ஏற்றுக்கொள்ளப்படாத, சவாலளிக்கும் கதாப்பாத்திரங்களை உண்மையென நிரூபணம் செய்யவே இதைப் பயன்படுத்துகின்றனர். இம்மாயக் கதாப்பாத்திரங்கள் சற்றும் பொருந்தாத காலவெளியிலும், நிலவியல் பின்னணியிலும், சந்தர்ப்பங்களிலும் திடீரெனத் தோன்றுவார்கள். அவர்களின் பின்னணிக்கும் சொல்லப்படும் கதைக்கும் ஒற்றுமைத் தோன்றாது.

இதுபோன்ற பண்டைய கதாப்பாத்திரங்களை அணுகும்போது, வரலாற்றின் அடிப்படைச் சட்டங்களான காலமும் நிலமும் மாறிமாறி குழப்பமூட்டுகின்றன. சில நேரங்களில் ஒட்டுமொத்த சம்பந்தமின்றி, தெளிவில்லாத குப்பைக் கூளம் போல் இருக்கும். முதலில், இரண்டு மெய்ம்மைகள் குறித்துத் தீவிரமாகச் சிந்திப்போம். ஒன்று, வேறு எந்த நாட்டின் பண்டைய வரலாற்றைவிடவும், இந்தியாவில்தான் ஒரே பெயரமைந்த பல ஆளுமைகள் வாழ்வதாய் நிறைய கதைகள் உண்டு. இதைச் சிலர் மறுக்கக் கூடும். இரண்டாவதாக, இது போன்ற நிகழ்வுகள் நவீன காலத்தைவிட பண்டைய காலத்தில்தான் அதிகம் இருந்திருக்கின்றன. ஏன் இப்படி? இந்தியாவின் தனித்துவ வரலாறுதான் காரணம் என்று நான் நம்பவில்லை. இந்திய மக்களின் உளவியல் பண்புதான் இதன் அடிப்படைக் காரணம். இந்தியர்கள் பழமரபுகள் அனைத்தும் தனக்கே தனித்துவமான வகையில் உரியன எனக் கருதும் போக்கு உடையவர்கள். இக்கருத்தைக் கவனமாக மனத்திலிறுத்த வேண்டும்.

என் வாதங்களுக்குத் துணை சேர்ப்பதற்காக, ஹெச். ஹெச். வில்சன் எழுதிய Essays on Sanskrit Literature நூலின் மூன்றாவது தொகுப்பிலிருந்தும், திரு. பி.டி. சீனிவாச அய்யங்காரின் The History of the Tamils நூலிலிருந்தும் சில பகுதிகளை இங்கு மேற்கோள்காட்டிப் பயன்படுத்துகிறேன்.

Essays on Sanskrit Literature, தொ. 3

ப. 175. ஒன்றுக்கு மேற்பட்ட வரருசி இருந்தமைக்கான சான்று:

"மேற்சொன்ன வழக்கங்களில் இருந்து வரருசி எனும் பெயரையும் பலருக்குச் சூட்டியிருக்கலாம் எனும் அனுமானம் கிடைக்கிறது. இவ்வழக்கில் மேலும் உறுதிகூட்ட – வெவ்வேறு எழுத்தாளர்கள் இயற்றிய பல்வேறு கதைகள் காணக்கிடைக்கின்றன. இவ்வகையில் இந்து சமய இலக்கிய வரலாற்றில் மட்டும் இரண்டிலிருந்து மூன்று வரருசிகள் தோன்றுகின்றனர்."

ப.189. ஒன்றுக்கு மேற்பட்ட மத்வாச்சாரியர் இருந்தமைக்கான சான்று:

"மத்வாச்சாரியார் குறித்து உள்ள முரண்பாடான கதைகளைத் தெளிவுசெய்யும் பொருட்டு, துளுவத்தில் உள்ள அவர் சீடர்கள், அவர் மூன்று முறை பிறப்பெடுத்ததாகச் சொல்கின்றனர். முதல் பிறவியில், 1500 ஆண்டுகளுக்கு முன்பு துளுவ நாட்டிலுள்ள சிவுலியில் பிறந்தார். பிறகு சில நூற்றாண்டுகள் கழித்து மலபாரிலும், இறுதியாக 600 ஆண்டுகளுக்கு முன்பு துளுவ நாட்டிலுள்ள படுகசேத்திராவிலும் தோன்றினார். கடைசியாகச் சொல்லப்பட்டதுதான், மத்வாச்சாரியர் வாழ்ந்த காலப்பகுதி. அவர்மேல் புனிதப் பிம்பம் சாற்றிச் சங்கராச்சாரியாருடன் கற்பனைச் சண்டை வளர்க்க இக்கதைகளைச் சீடர்கள் உருவாக்கியுள்ளனர்."

The History of the Tamils

ப.30 ஒன்றுக்கு மேற்பட்ட இராவணன் இருந்தமைக்கான சான்று:

"பலருக்கு மத்தியில், இலங்கை மன்னன் இராவணனைக் கார்த்தவீரியன் தோற்கடித்து மகிஷ்மதியில் சிறைபிடித்தான். இந்த இராவணனும், குறைந்தபட்சம் 500 வருடங்களுக்குப் பின்பு தோன்றி, இராமச்சந்திரனை எதிர்கொண்ட இராவணனும் நிச்சயம் வெவ்வேறு ஆட்கள். எனவே கார்த்தவீரியனால் சிறைப்பிடிக்கப்பட்ட இராவணன், அதே பெயரில் முன்பு வாழ்ந்த வேறொரு மன்னனாக இருக்கலாம். இல்லையெனில் டாக்டர் ஸ்டென் கூற்றுப்படி, இராவணன் எனும் பெயர் இறைவன் (மன்னன்) எனும் தமிழ்ப் பதத்தின் சம்ஸ்கிருதப் பெயர்ப்பில் உருவான பெயராக இருந்து, இரண்டு கதைகளிலும் அதுவொரு தமிழ் மன்னரைக் குறிக்கும் பெயராக இருக்கலாம்."

இவ்வடிக் குறிப்பையும் சேர்த்து வாசியுங்கள்:

"அயோத்தியாவின் அரசன் அநாரன்யனோடு போரிட்ட, மற்றொரு பழங்கால இராவணனும் உண்டு."

ப.46 ஒன்றுக்கு மேற்பட்ட வால்மீகி இருந்தமைக்கான சான்று:

"அநேகமாக கி.மு. ஏழாம் நூற்றாண்டில் வாழ்ந்த இந்த வால்மீகிதான், செவ்வியல் சம்ஸ்கிருத மூலத்தில் வால்மீகி பிரசேதரால் எழுதப்பட்ட இராமாயணக் காவியத்தில் திருத்தங்கள் செய்தவர். இராமன் விஷ்ணுவின் அவதாரம் எனச் சொல்வதற்கு வேண்டுமான திருத்தங்களை மேற்கொண்டார்."

ப.51 ஒன்றுக்கு மேற்பட்ட அனுமன் இருந்தமைக்கான சான்று:

"சம்ஸ்கிருத மொழியின் எட்டாவது சிறந்த இலக்கண ஆசிரியராக அனுமனைக் குறிப்பிடுகின்றனர். ஆனால் பிற்காலத்தில் அதே பெயரில் வாழ்ந்த மற்றொரு நபரை இது குறிக்கலாம்."

ப. 54. ஒன்றுக்கும் மேற்பட்ட அகஸ்தியர் இருந்தமைக்கான சான்று:

"விதர்ப்ப நாட்டு இளவரசி லோபாமுத்திரையை மணந்த அகஸ்தியரே முதல் அகஸ்தியராக இருக்க வேண்டும். இவர் காசி மன்னன் அலார்க்காவின் உடன்காலத்தவர். அலார்க்கா மன்னன், இராமனுக்கு குறைந்தது 20 தலைமுறையேனும் பின் வாழ்ந்தவர். ஆகவே அகஸ்தியர்களுள் முந்தையவர், விந்திய மலைகளுக்குத் தெற்கில்தான் வாழ்ந்தார் என உறுதியாகச் சொல்லலாம்."

"பஞ்சவடியில் இருந்து இரண்டு யோஜனா தூரத்தில் இராமன் சந்தித்த அகஸ்தியரும், இராமன் காலத்திலிருந்து 400 ஆண்டுகளுக்கு முன்பு வாழ்ந்த முற்கால அகஸ்தியரும் ஒருவர் அல்ல. இராமன் சந்தித்தது பிற்கால அகஸ்தியர்களுள் ஒருவராய் இருக்கலாம். அவர் கோதாவரி நதிக்கு அருகில் வாழ்ந்தார். அங்கிருந்த ஆசிரமத்திற்குத் தெற்கில்தான் இராமன் குடில் அமைத்துத் தங்கினான்."

மலாயா மலையுச்சியில் (கூர்க்) அகஸ்தியர் இருப்பிடம் அமைத்துக் கொண்டதைப் பற்றி பேசிவிட்டு, ஆசிரியர் மேலும் தொடர்கிறார்:

"இராமர் காலத்தில் வாழ்ந்த அகஸ்தியர் தெற்கு நோக்கி தமிழகம் வந்த பிறகு, பிற்காலப் புலவர் ஒருவரால் இக்கதை உருவாக்கப்பட்டிருக்கும்."

"வெவ்வேறு காலங்களில், வெவ்வேறு இடங்களில் பல அகஸ்தியர்கள் வாழ்ந்திருந்தாலும், புராணங்களும் காப்பியங்களும் ஒரே அகஸ்திய ரிஷியைத்தான் பேசுகின்றன."

பண்டைய கால இந்திய மரபுகளையும் இலக்கியங்களையும் முன்வைத்து வரலாறு எழுதுவதில், வரலாற்றாசிரியர்களுக்கு உள்ள சிக்கல்களைப் புரிந்துகொள்ள மேற்சொன்ன மேற்கோள்கள் போதுமானவை எனக் கருதுறேன். வரலாற்று மூலங்களின் ஒருகரையிலிருந்து பார்க்கையில் வால்மீகி, அனுமன், இராவணன் மற்றும் அகஸ்தியரின் பல்வேறு உருவங்கள் மயக்கம் தரும். ஒவ்வொரு பாத்திரங்களையும் கவனமாகக் கதைச் சூழலுடன் அணுகாவிட்டால், இந்திய வரலாறு எனும் நெடும்பரப்பில் தொலைந்துபோவதற்கான சாத்தியம் அதிகம். ஆகவே கற்பனையான, தவறாக வழிகாட்டும் கதாப்பாத்திரங்களைக் கண்டுபிடிப்பதில் நேர்மை அவசியம்.

ஒருவேளை ஓரே பெயருடைய ஒன்றுக்கு மேற்பட்ட நபர்கள் வரலாற்றுக் காலத்தில் இருந்திருக்கலாம் எனும் வாதத்தை ஒருமனதாக ஏற்றுக்கொண்டால் கூட, வரலாற்றாசிரியரின் பணி – குறிப்பாக பண்டைய வரலாற்றை ஆராயும் ஒருவரின் வேலை – மிகக் கவனத்திற்குரியது. ஓரே பெயருள்ள பல்வேறு நபர்கள் இருந்தமைக்கான சான்றுகள் உண்மையிலேயே இருக்கின்றனவா என்பதைப் பலகட்ட சோதனைகளுக்கு உட்படுத்தி ஆராய வேண்டும். குழப்பத்தைத் தீர்க்கும் குறுக்கு வழியாக, புதிய கதாப்பாத்திரங்களை உருவாக்கும் போக்கு ஊக்குவிக்கப்படக் கூடாது. சான்றாக, அகஸ்தியர் எனும் ஒற்றை ஆள் தென்கிழக்கு ஆசியாவின் பல்வேறு நாட்டுப் பண்டைய வரலாற்றிலும் எங்ஙனம் இடம்பிடித்தார் என்று பார்த்தோம். இதைக்கொண்டு ஒவ்வொரு நாட்டிலும் வெவ்வேறு அகஸ்தியர் வாழ்ந்தார் என்றோ, ஒவ்வொரு நூற்றாண்டிலும் வெவ்வேறு அகஸ்தியர் பிறந்தார் என்றோ கூறலாமா? உண்மையில் பல்வேறு கதாப்பாத்திரங்கள் தோன்றுவதற்குப் புலவர்களின் கற்பனை ஆற்றலும், தொன்மங்களும், சமய நிறுவனங்களின் மிகைப்படுத்தல்களுமே காரணம்.

இட்டுக்கட்டப்பட்ட கற்பனைப் பாத்திரங்களை உண்மையென அங்கீகரிப்பதன் மூலம், நாம் இவர்களுக்கு வரலாற்றில் இடம்தரப்போகிறோமா? வரலாற்றுத்

தன்மைகொண்ட உண்மைக் கதாப்பாத்திரங்கள்கூட, பிற்காலப் புராண ஆசிரியர்களால் உண்மைத் தன்மை யிலிருந்து நீக்கப்பட்டுப் பல்வேறு இட, காலப் பின்னணியில் இட்டுக்கட்டிக் கதையாகப் புனையப்பட்டிருக்கின்றன. உண்மைக் கதாப்பாத்திரங்களைப் பெயர்த்துத் தமக்குப் பிடித்தமான வரலாற்றுப் பின்னணியில் அமைத்து எழுதுவதைக் கண்மூடித்தனமான கதாநாயக வழிபாட்டின் குறியீடாகப் பார்க்கலாம். நாமும் அந்த ஒரே கதாப்பாத்திரத்தை, ஒவ்வொரு கதையிலும் பொருத்திப்பார்க்கும் வேலையைத்தான் செய்யப்போகிறோமா?

எனவே வரலாற்றெழுதியலில் இந்த அணுகுமுறையை ஏற்றுக்கொண்டவர்கள், புனையப்பட்ட பொய்க் கதைகளை உண்மை என ஏற்பதற்குத் தயாராய் உள்ளனர். சராசரி மக்கள் பொய் எனச் சான்றளிக்காதவரை, எல்லாவற்றையும் நம்புவார்கள். ஆனால் அறிவியல் பூர்வமாகச் சிந்திப்பவர்கள் அப்படியிருக்கக்கூடாது. அறிவியல் சிந்தனையில், எதுவொன்றும் நிரூபணம் ஆகும்வரை, நாம் அதை உண்மை என்று ஏற்கக்கூடாது.

கவனமாய்ப் பரிசோதித்து, விமரிசனப் பூர்வமாய் ஆய்ந்த தரவுகள்தான் வரலாற்றை வலிமையாக்குகின்றன. எனவே ஒவ்வொரு வரலாற்றாசிரியனும் தான் உருவாக்கும் கருதுகோள்களையும், விவரிக்கும் செய்திகளையும் வலிமையான அடித்தரவுகள் கொண்டு கட்டமைக்க வேண்டும். ஏனெனில், இராவணன் எனும் கதாப்பாத்திரத்தின் இருப்பே உறுதிசெய்யப்படாத போது, இரண்டு – மூன்று இராவணன்களை உருவாக்குவதால் என்ன பயன் உண்டு?

இராமாயணக் கதையின் வழக்கிலுள்ள அனைத்து வடிவங்களும் பண்டைய கால சம்ஸ்கிருத மூலத்தில் இருக்கின்றன. எனில், வேத சம்ஸ்கிருத மொழியில் எழுதப்பட்ட மற்றொரு இராமாயணக் கதையை ஏன் உண்மை என்று ஏற்க வேண்டும்? சர்ச்சைக்குரிய மற்றொரு வால்மீகியை ஏன் அதிகாரப்பூர்வ ஆசிரியராக அங்கீகரிக்க வேண்டும்? இது சில ஆய்வாளர்களின் கண்மூடித்தனமான

நம்பிக்கைகளை மட்டும் வெளிக்காட்டவில்லை, பழம் மரபுகள் மீதும் புராணப் புத்தகங்கள் மீதும் அவர்கள் வைத்துள்ள அளவுகடந்த மரியாதையைக் காட்டுகிறது. இக்கதைகளை உருவாக்கியவர்கள் அதன்மேல் கொண்ட மரியாதையையும் எதிர்பார்ப்பையும் தூக்கிச் சாப்பிடும்படி, இவ்வாய்வாளர்கள் செயல்படுகிறார்கள்.

எதார்த்த வாழ்வில் ஏமாற்றுக்காரர்களையும், வஞ் சனையாளர்களையும் நாம் கண்பட பார்க்கிறோம். அதுபோன்ற ஆட்கள் படைப்பிலக்கிய உலகில் நுழைந்திருக்க மாட்டார்கள் என்பதற்கு என்ன ஆதாரம் இருக்கிறது? எல்லா நாடுகளிலும், எல்லாக் காலத்திலும் புகழ்பெற்ற எழுத்தாளர்களின் பெயரைப் பயன்படுத்திக் கொண்டு பல மோசடிப் படைப்புகள் வெளிவந்திருக்கின்றன. பழைய நூலில் ஒரு செய்தி இடம்பெற்றிருக்கிறது என்பதாலேயே, அதற்குப் புனிதப் பட்டம் கட்டுவதா? பண்டைய காலச் செய்தி என்பதாலேயே, நம் பகுத்தறிவை ஓரம்கட்டி உள்ளவாறே ஏற்றுக்கொள்ளலாமா? எவ்வளவுக்கு எவ்வளவு பண்டைய காலம் நோக்கி நகர்கிறோமோ, அத்தனை மடங்கு நாம் படிக்கும் செய்தி உண்மையானதா என்று கவனமுடன் பரிசோதிக்க வேண்டும். இவ்வணுகுமுறையில் மாற்றம் ஏற்பட்டால், வரலாறு என்பது அறிவியல் முறையில் தரவுகளைக் கையாளும் அறிவுஜீவித் துறையாக இல்லாமல் மாயமந்திரக் கதைகளின் கூடாரமாகிவிடும்.

ஒன்றுக்கு மேற்பட்ட வரலாற்று நபர்கள் ஒரே பெயர்தாங்கி வாழ்ந்திருக்கலாம் என்று அனுமானிப்பது அவசியந்தான் என இன்னும் சிலர் வாதிடுகிறார்கள். ஆனால் அத்தகைய அனுமானங்கள் தெளிவான வரலாற்றுச் சான்றுகளின் அடிப்படையில் எழவேண்டும்.

வரலாற்றுக் குறிப்புகளில் உள்ள வெவ்வேறு அகஸ்தியர்களை ஒன்றிணைக்க, அவர்கள் எல்லோரும் வெவ்வேறு மனிதர்கள் எனச் சொல்லி, இறுதியில் அனைவருமே 'ஒரே அகஸ்தியர் குடும்பத்தைச்' சார்ந்தவர்கள் எனச் சொல்வது ஏற்புடைய வாதமாகத் தெரியவில்லை. டஜன் கணக்கான அகஸ்தியர்களையும், இராவணன்களையும்,

அனுமன்களையும் உருவாக்கிவிட்டு, அவர்கள் எல்லோரும் ஒரே குடும்பத்தைச் சார்ந்தவர்கள் எனச் சொல்வதில் எவ்வித நடைமுறைப் பயனும் இல்லை. வரையறையற்ற பார்வையும் குழப்பமுமே மிஞ்சுகிறது.

இந்தியாவில் "குடும்பப் பெயர்" எனும் பதம் எதைத் தெரிவிக்கிறது? மரபணு வாரியாக ஒரு குறிப்பிட்ட குடும்பத்தைக் குறிக்கிறதா? இல்லை, இனக்குழுச் சமுதாயம் சார்ந்து தனித் தனிக் குழுக்களைக் குறிக்கிறதா? அத்திரி, பரத்வாஜர் போன்ற கோத்திரப் பெயர்களெல்லாம் குடும்பப் பெயர்கள் என்று ஏற்றுக்கொண்டால், தற்போதுள்ள இலட்சக்கணக்கான ஆரியர்களைச் சில கோத்திரங்களுக்குள் அடக்கிவிடலாம்; இந்த நூற்றாண்டிலும் அத்திரி, பரத்வாஜர் என்றே அவர்கள் அழைக்கப்படலாம். ஆனால் ஒற்றை நபரை அடையாளம் காண்பதற்கு, இந்தமுறை உதவாது. எனவே, கோத்திரங்களைத் தொடங்கிய முதல் நபரைத் தாண்டி வேறு எவரையும் நம்மால் இதன்வழி கண்டுபிடிக்க முடியாது. தனி நபர்களை அடையாளங்காட்டும் பெயர்கள், ஒரு பெருங்கூட்டத்தின் பெயராகி, விருப்பத்தின் பெயரில் யார் வேண்டுமானாலும் பயன்படுத்திக் கொள்ளலாம் எனும் நிலைக்கு மாறுவது தொல்லை தருவதாக இல்லை?

இந்தச் சூழலில் 'ஒக்காம்ஸ் ரேசர்' எனும் அறிவியல் விதியை, ஆய்வாளர்களின் கவனத்திற்கு எடுத்துச் செல்ல விரும்புகிறேன். இவ்விதிப்படி நாம் கண்டடைந்த ஒரு கருத்தை விவரிக்க போதுமான ஒரு விளக்கம் கிடைத்தால், அதற்கு மேற்கொண்டு பல விளக்கங்கள் தர முயற்சிப்பது அறிவியல்முறைக்கு ஒவ்வாத தேவையற்ற வேலை. இனி இவ்விதிப்படி பல்வேறு காலங்களில் பல்வேறு நாடுகளில் தோன்றிய அகஸ்தியர் தொன்மத்தை, வெவ்வேறு காலங்களில் தோன்றிய வெவ்வேறு நபர்கள் என ஏற்றுக்கொள்ளப் போகிறோமா? அல்லது கதாநாயக வழிபாட்டினை ஏற்றுக்கொண்ட, ஓர் குறிப்பிட்ட இன மக்களின் கூட்டு உளவியல் பண்பின் வெளிப்பாடு எனக் கருதப் போகிறோமா?

முதல் அகஸ்தியர் உண்மையான வரலாற்றுக் கதாப்பாத்திரமாக இருப்பதற்கு அதிக வாய்ப்பு உண்டு.

அவரின் பிந்தைய வடிவங்கள் அனைத்தும், உண்மைப் பிம்பத்தைத் தழுவி புனையப்பட்ட வெற்றுக் கற்பனைகள். ஏற்றுக்கொள்ளத்தக்க இவ்வொற்றை உண்மையைக் கொண்டு மற்றெல்லாக் கதைகளையும் புறந்தள்ளமுடியும் என்றால், பல்வேறு வரலாற்றுச் சூழலுக்குப் பொருத்தி அமைக்கக் கூடிய பல அகஸ்தியர் எனும் கருத்தாக்கத்தை உருவாக்குவது அறிவியல் முறைக்கு ஒவ்வாதது அன்றோ? ஒக்காம்ஸ் விதிப்படி தேவையில்லாத கருத்துகளை நறுக்கி எறிவது எங்கேனும் தேவையென்றால், அது நிச்சயம் அகஸ்தியர் விஷயம்தான்.

Bhakthi Cult in Ancient India எனும் நூலின் முன்னுரையில் (ப. xxxii - xxxiii) பகவத் குமார் கோசாம்பி முன்வைக்கும் பார்வை கவனிக்கத்தக்கது. வியாசரைச் சுற்றியிருக்கும் தேவையற்ற கதைகளைக் கத்தரித்து, விமரிசனப் பூர்வமாக அணுக அவை துணை புரிகின்றன:

> "இந்துஸ்தானத்தில் புதிய சிந்தனை மரபு எப்போதெல்லாம் முளைவிடுகிறதோ, அவற்றை வேத மரபுடன் முடிச்சிடும் போக்குத் தவறாமல் நடக்கும். வியாசரையும் அதில் எப்படியேனும் இணைத்துக் கொள்வர். சூழலுக்குத் தகுந்தார்போல் சில வேத ரிஷிகளின் பெயரும் அவ்வப்போது இடம்பெறும். பௌத்தச் சமயம் வேதங்களைக் கேள்விக்குள்ளாக்கிய போது, இப்போக்கு மேலும் வலுப்பெற்றது. அப்போதிருந்து வியாசருக்குப் பல்விதக் கதாப்பாத்திரங்கள் வழங்கலாயினர்: யோகபாஷ்யத்தின் (யோக தத்துவத்தின் மீதான உரை நூல்) ஆசிரியர், பிரம்மசூத்திரம் நூல் எழுதியவர், வியாச ஸ்மிருதியின் ஆசிரியர். அரசியல், வானியல் தொடங்கிக் கிட்டத்தட்ட அனைத்துப் புராண நூல்களையும் எழுதியவர் எனும் அங்கீகாரம் கிடைத்தது. ஆனால் இவை அனைத்தையும் தூக்கிச் சாப்பிடும்படி மகாபாரதக் காப்பிய ஆசிரியர் எனும் உயரிய கிரீடத்தை அவருக்குச் சூட்டினர்.
>
> உண்மையில் வியாசர் இவற்றைப் படைக்கவில்லை என்றாலும், மரபுக் கதைகள் அவர் பெயரை இணைத்துப்

பேசத் தொடங்கின. அவர் பெயர் தாங்கிய மற்ற வேத ரிஷிகளின் படைப்புகளும் வியாசர் பெயரிலேயே மதிப்பிடப்பட்டன. எனவே வியாசர் பெயரைக்கொண்டும், வேத முனிகளின் பெயரைக் கொண்டும் காலக்கோடு வரைய முயன்றால், பெரும் குழப்பத்தைப் பின்தொடர நேரிடும். வேத வியாசர் கி.மு. 3100இல் வாழ்ந்தார் எனக் கருதி, வெவ்வேறு வியாசர்களை அவரவர் அடையாளங்களுக்குப் பாத்திரமாக்கி, மூலவரை இத்தளைகளில் இருந்து விடுவிப்பதே சரியான முடிவாக இருக்கும்."

வியாசரைப்போல் பண்டைய மரபில் அடிக்கடி எதிர்ப்படும் வசிஷ்டர் கதாப்பாத்திரத்தைப் புரிந்துகொள்ள, திரு. எஃப். இ. பார்ஜிடர் வேறொரு செய்முறையைப் பின்பற்றுகிறார். பிராமணியத் தொன்மங்களைவிட சத்திரியத் தொன்மங்கள் அதிகம் ஏற்றுக்கொள்ளக்கூடியனவாக இருக்கின்றன என உறுதியாக நம்பும் அவர், பிற்கால வசிஷ்டர்கள் அரசர்களோடு சேர்ந்து வாழ்ந்ததால் அவர்கள் உண்மைக் கதாப்பாத்திரம் என உறுதியளிக்கிறார். ஆனால் அவர் தொன்மங்கள்மீது அதிகம் விசாரணை செய்யவில்லை. மாறாகப் புராணங்களிலிருந்து வரலாற்றுப் பூர்வமான காலக்கோட்டை வரைகிறார். அப்படிச் செய்கையில் கதைகளுக்குள் தொலையும் அபாயம் உண்டு. அவரும் விதிவிலக்கல்ல. பல்வேறு வசிஷ்டர்களை எங்ஙனம் அடையாளம் கண்டு பிரித்தெடுத்தார் என்று Ancient Indian Historical Tradition எனும் நூலின் பக். 203 – 211இல் காணமுடிகிறது.

முதலில் தோன்றிய இரண்டு வசிஷ்டர்களைத் (ஒருவர் பிரம்மனின் மனத்தில் தோன்றியவர். மற்றொருவர் இச்வாகுவின் உடன்காலத்தவர்) தொன்மம் எனச் சொல்லி நிராகரிக்கிறார். பிற்கால வசிஷ்டர்களே வரலாற்றுப்பூர்வமானவர்கள் என்று பார்ஜிடர் உத்தேசிக்கிறார். ஆனால் பிற்கால வசிஷ்டர்களும், முந்தையவர்களைப் போல் தொன்மப் பண்புகள் உள்ளவர்கள். இவர்களை மட்டும் ஏன் நம்பவேண்டும் என ஆசிரியர் குறிப்பிட்டுச் சொல்வதில்தான் சிக்கல் தொடங்குகிறது.

மூலத்தொன்மத்து வசிஷ்டருக்கு மனைவியாக இருந்த அதே அருந்ததி நான்கு, ஐந்து, ஆறு எனத் தொடர்ச்சியாக வந்த எல்லோருக்கும் எப்படி மனைவியாக முடியும்? எனவே அது நம்பகத்தன்மையைக் குறைக்கிறது. எல்லோரையும் ஒட்டுமொத்தமாகத் தொன்மம் என்று மறுக்கவோ, உண்மையென்று ஏற்றுக்கொள்ளவோ செய்திருந்தால் அவரின் கணிப்பு ஒருவேளை பிழைத்திருக்கலாம். இதுபோன்ற கதைகளில் யார், யார் என்று கண்டுபிடிப்பது ட்வீட்லெடம் மற்றும் ட்வீட்லெடி [ஆங்கிலேய நர்சரி பாடலில் இடம்பெறும், ஒன்றுபோல் தோற்றமளிக்கும் கதாப்பாத்திரங்கள்] யாரென்று கண்டுபிடிப்பதைப் போல் சவாலான காரியம்.

பல வசிஷ்டர்களால் உண்டாகும் குழப்பத்தைத் தீர்க்க வசிஷ்டர் – I, வசிஷ்டர் – II, வசிஷ்டர் – III என எண்களில் பெயரிடுவது ஓரளவு உதவி செய்யும் என்பது உண்மைதான். ஆனால் உண்மையான வரிசை எது என்று யாருக்குத் தெரியும்? விவரம் அறியாமல் மனம்விரும்பியபடி ஒருவர் எழுதக்கூடும் அல்லவா?

இது அவர்களின் கோத்திரப் பெயர் எனச் சொல்வது ஏற்புடையதாக இல்லை – இருளில் நிழலைத் துணைக்கு அழைத்தாற்போல் இருக்கிறது. வசிஷ்டர்கள் குறித்து அறியவரும் நூல்கள் சமகாலத்திலோ, அதற்குப் பிந்தைய காலத்திலோதான் இயற்றியிருக்கவேண்டும். ஒருவேளை சமகாலத்தில் எழுதியிருந்தால், எந்த வசிஷ்டரைப் பற்றி குறிப்பிடுகிறார்களோ அவர்களின் பெயர், வாழ்க்கைச் சுருக்கம் போன்ற இன்றியமையா செய்திகள் இடம்பெற்றிருக்கும். ஒரே கோத்திரத்தில் இருக்கும் பல்வேறு வசிஷ்டர்களிலிருந்து ஒருவரை மட்டும் வேறுபடுத்திக்காட்ட நிச்சயம் இதைப் பின்பற்றியிருப்பார்கள். அருமை பெருமைகளைச் சொல்லி ஏகபோகமாக வாழ்த்திவிட்டு, யார் என்று குறிப்பிடாமல் போவது ஏற்றுக்கொள்ளத்தக்கதா? மறுபக்கம், அவை பிற்காலத்தில் இயற்றப்பட்டதாக இருந்தால் – அதன் தீர்க்கதரிசனங்களைத் தவிர்த்துப் பெரும்பாலான ஆய்வாளர்கள் இம்முடிவில் ஒத்துப்போகின்றனர் – அப்படைப்பின் நம்பகத்தன்மையும், யார் யாராக இருக்கக்

கூடும் என்ற கேள்வியும் மேலும் அதை நலிவுபடுத்துகின்றன. எனவே வசிஷ்டர் எனும் மனிதர் பற்றி வரையறுத்த தகவல்களும், வரலாற்றுக் குறிப்புகளும் கிடைக்காதவரை; 'வசிஷ்ட' கோத்திரத்தில் பிறந்தவர் என்ற அளவில் மட்டும் ஒருவரைச் சுட்டுகிறவரை அச்செய்தி உண்மையாகிவிட முடியாது. குறிப்பிட்ட படைப்பியக்கத்தினாலும், பழ மரபுக் கதைகளினாலும் உந்தப்பட்டு உருவாக்கியெடுத்த புனைவுப் பாத்திரம் என்று மதிப்பிடுவதே சரியாக இருக்கும்.

ஒரே பெயரிலமைந்த பல்வேறு காலத்தைச் சார்ந்த கதாப்பாத்திரங்களை 'கோத்திரம்' எனும் குடைகொண்டு ஒரே குடும்பத்திற்குள் அடைக்க முயன்றால், அதில் சிக்கல் உண்டாகலாம். பல்வேறு காலங்களில் தமிழ் நிலத்தில் வாழ்ந்த ஐந்தாறு ஔவையார்களை, இதே முறையைப் பின்பற்றி நம்மால் புரிந்துகொள்ள முடியுமா? தமிழ் நிலத்தின் பெண்பாற்புலவர் ஔவை, எந்தக் கோத்திரத்தைச் சார்ந்தவர்? அல்லது தமிழ் நிலத்து ஔவையார்களுக்கு வரலாற்றுப்பூர்வ அங்கீகாரமளிக்க, வேறு ஏதேனும் அணுகுமுறைகளைப் பின்பற்ற வேண்டுமா?

திரு. பார்ஜிடருக்கு இந்தியத் தொன்மங்கள் மீதிருந்த அபரிவிதமான மதிப்பினால், கற்பனைக் கதாப்பாத்திரங்களுக்கு உண்மை உருவம் கொடுத்திருக்கிறார். இதுதான் பிரச்சினைக்கு மூலக் காரணம். கதாப்பாத்திர வடிவமைப்பில் கற்பனைகளுக்குண்டான இடத்தைப் புரிந்துகொள்ளவேண்டும். நவீன காலத்தில் மட்டும்தான் நாவலாசிரியர்கள் இருப்பதாய் அவர் நினைத்திருப்பார் போலும், வரலாறு நெடுக கற்பனையாற்றலுக்குப் பெரும் பங்கு உண்டு.

பின்னோக்கிச் செல்லச் செல்ல, கட்டுப்பாடற்ற கற்பனைகள் படைப்பில் ஊறித் திளைக்கும் காட்சி கண்முன் விரியும். ஆயிரக்கணக்கான ஆண்டுகளாய்த் தொடர் அனுபவங்களின் மூலம், அசாத்திய உழைப்பின் மூலம் கேள்வியறிவைச் சம்பாதித்திருக்கிறோம். ஆனால் கற்பனையாற்றல் பிறப்பிலிருந்தே நம்மோடு ஒட்டிக்கொண்டது.

இதனால் காரண காரிய கேள்விகளை விஞ்சி, இன்றும் அவை படைப்பில் முன்னிலை பெறுகின்றன.

மரபார்ந்த தொன்மங்களில் ஓரளவு உண்மையிருக்கலாம் என்று பெரும்பாலானோர் நம்புகின்றனர். ஆனால் தொன்மப் பெருந்தொகுப்பை அலசியெடுத்து அதிலிருக்கும் கவிப் புனைவுகளையும், சமய உணர்வுகளையும், குறிப்பிட்ட சாராரின் ஒருதலைப்பட்ச கருத்துகளையும் வடிகட்டி உண்மையைத் தேடினால் அங்கு எதுவும் மிஞ்சாது. உண்மை, தன்னிலை கடந்து நம்பமுடியாத இடத்தை அடைந்திருக்கும்.

பின்னிணைப்பு - 4

பார்வை நூல்கள்

ஆங்கில நூல்கள்

1. Prof. MaxMuller's History of Ancient Sanscrit Literature.
2. Dr. Washburn Hopkins' The Great Epic of India.
3. Dr. Bhandarkar's Early History of Deccan.
4. The Periplus of the Erythraean Sea (McCrindle's translation).
5. Prof. A.A. Macdonell's History of Sanskrit Literature.
6. Prof. Ihering's The Evolution of the Aryans.
7. Ptolemy's Geography of India and Southern Asia (McCrindle's translation).
8. Travancore State Manual.
9. Mr. F. E. Pargiter's Ancient Indian Historical Tradition.
10. Dr. Caldwell's Comparitive Grammar of the Dravidian Languages.
11. Prof. Seshagiri Sastri's Essay on Tamil Literature.
12. Dr. Burnell's Elements of South Indian Palaeography.
13. Prof. E. J. Rapson's Ancient India.
14. Mr. L. W. King's Babylonian Religion and Mythology.
15. Dr. Vincent A. Smith's Early History of India.
16. Prof. William McDougall's Group Mind.
17. Goethe's 'Literary Essays' (Spingar's translation).
18. Dr. A. C. Hadddon's The Races of Man.

19. The Epigraphica Carnatica, Vol. II.
20. The Journal of the Mythic Society, Vol. XVIII.
21. The Catalogue of the Oriental Manuscripts Library, Egmore, Madras.
22. Dr. S. K. Aiyangar's Beginning of South Indian History.

தமிழ் நூல்கள்

1. பரிபாடல்.
2. பத்துப்பாட்டு.
3. புறநானூறு.
4. நற்றிணை.
5. தொல்காப்பியம்.
6. இலக்கணக்கொத்து.
7. வீரசோழியம்.
8. திருவாய்மொழி.
9. தேவாரம்.
10. அகநானூறு.
11. சீவகசிந்தாமணி.
12. சிலப்பதிகாரம்.
13. பன்னிருபடலம்.
14. புறப்பொருள்வெண்பாமாலை.
15. அகப்பொருள் விளக்கம்.
16. திவாகரம்.
17. திருவிளையாடல்புராணம்.
18. காஞ்சிபுராணம்.
19. சீகாளத்திபுராணம்.
20. தாண்டவராய சுவாமிகளின் படைப்புகள்.

21. பேரகத்தியத்திரட்டு (ராவ் சாகிப் பவாநந்தம்பிள்ளை பதிப்பு).
22. கந்தபுராணம்.
23. காசிகாண்டம்.
24. திருக்குற்றாலத் தலபுராணம்.
25. திருவேங்கடத் தலபுராணம்.
26. திருநெல்வேலித் தலபுராணம்.
27. குடந்தைப் புராணம்.
28. மயிலைப் புராணம்.
29. வேதாரண்ய புராணம்.
30. செந்தமிழ், தொ. 19